Vietnamese-English Archæological Glossary

with English Index

VIETNAMESE-ENGLISH ARCHÆOLOGICAL GLOSSARY
WITH ENGLISH INDEX

by

H.H.E. Loofs-Wissowa

with the assistance of
Pham Van Minh and Nguyen M. Long

Faculty of Asian Studies
The Australian National University
Canberra
1990

First Published in Australia 1990
Set up and printed at The Australian National
University

©Faculty of Asian Studies, The Australian National
University, 1990

This book is copyright. Apart from any fair dealing
for the purpose of private study, research, criticism, or
review, as permitted under the Copyright Act, no part
may be reproduced by any process without written
permission. Inquiries should be made to the publisher.

National Library of Australia
Cataloguing-in-Publication entry

Loofs-Wissowa, H.H.E. (Helmut Hermann Ernst)
  Vietnamese-English archæological glossary :
  with English index.

Includes index.
ISBN 0 7315 0665 0.

1. Archæology — Dictionaries — Vietnamese.
2. Vietnamese language — Dictionaries —
English. I. Pham Van Minh. II. Nguyen M. Long
III. Australian National University. Faculty of
Asian Studies. IV. Title

930.1'03'95922

Distributed for the Faculty of Asian Studies by:
    Bibliotech
    The Australian National University
    G.P.O. Box 4
    Canberra ACT 2601
    Australia

CONTENTS

Preface	vii
Acknowledgements	ix
Abbreviation	ix
Vietnamese-English Archæological Glossary	1
English Index	69

PREFACE

When, after an interruption of about twenty years, archæological work was again carried out in northern Vietnam in the late 1950s, mostly in difficult circumstances, a new phase began in Vietnamese archæology. Whereas previously almost every original report or article had been written in French, or occasionally another European language, from then on reports were published only in Vietnamese. While this was mainly in order to acquaint ordinary people with the achievements of archæological research at home, it did not do much to make these achievements known internationally. For Vietnamese, although now the mother-tongue of well over fifty million people, is little understood outside Vietnam, even in neighbouring countries, and the few who study it in Western countries rarely want to specialize in archæology.

However, archæological discoveries made in Vietnam during these last thirty years are second to none in importance for the understanding of the archæology of Southeast Asia as a whole — a region increasingly emerging as one of the most productive in world archæology. Even though the claim that bronze was invented in Thailand (making Southeast Asia the 'Cradle of Civilization') has had to be abandoned, the hypothesis that plant domestication, and thus the 'Neolithic', began here is now widely accepted. In the field of anthropogenesis, too, Southeast Asia may have played a more important rôle than at present acknowledged, when it is somewhat eclipsed by Africa. The archæology of Southeast Asia also holds the key to an understanding of the peopling of Australia and the Pacific among other things.

A situation had thus arisen in which it was necessary to develop a tool which would enable archæologists to profit from Vietnamese archæological reports with their specialized vocabulary. Since there had not been much systematic training of budding Vietnamese archæologists under the French, and such as there was would have been in the French language, the very dedicated and enthusiastic, but largely under-trained, generation of Vietnamese archæologists who emerged during the 'Second Indochina War' often adapted existing Vietnamese terms or coined new ones to suit the needs of the emergent national archæology. Foreign words were even transliterated into Vietnamese so that they could be understood and pronounced correctly by the ordinary Vietnamese for whom these reports were written. Unfortunately, official policy on this matter, as on that of sequence in Vietnamese alphabetization itself, has changed during the preparation of this Glossary, resulting in regrettable delays in its finalization.

The original alphabet for the romanized Vietnamese or *quốc ngữ* ('national language') which was devised in the mid-seventeenth century by the French missionary Alexandre de Rhodes, but only came into general and exclusive use after the abolition of the Confucianist-Chinese examination system in the early twentieth century, contained a number of departures from the European alphabets which served as models. These were deemed necessary to reflect more accurately the phonetic realities of the Vietnamese language of the time. Thus 5 of the 26 letters of the European alphabet were omitted (*f, j, p, w, z*); 5 others were used differently from their European prototypes (i.e. **c** stood approximately for *k*, **d** for *z*, **ph** for *f*, **s** for *sh*, **x** for *s*); and three letters were added. Two of these last (ơ, ư) represent sounds uncommon in European languages, and **đ** represents the pronunciation *d* , since the Vietnamese alphabet used **d** for *z*. Moreover, seven consonant clusters (**ch, kh, ng, nh, ph, th, tr**) and **gi** (as opposed to **g**) were treated as letters in their own right with separate entries in the dictionary, as were the vowels ă, â, ê, ư and sometimes also ơ. The *quốc ngữ* alphabet, therefore, had 34 or 35 letters, and it needed considerable practice for a non-Vietnamese to be able to look a word up in the dictionary quickly. Furthermore, the order in which words appeared under the initial letter was also determined by the above sequence of vowels: a strict sequence according to the five diacritical tone-marks was observed with regard to each vowel, irrespective of the letter they were followed by. Although a well-thought-out and logical system, it was a difficult and cumbersome one to handle for anyone who had not grown up with it.

The system finally used in this Glossary is the one only recently decided upon by the Vietnamese authorities, whereby the alphabetical order of words is, as in the West, solely determined by the basic letters of the alphabet regardless of the diacritical marks denoting tones or vowel quality; the only exception is the distinction between **d** and **đ**, in that order, as these two letters have evolved into two different consonants — a situation which has to be respected for the time being.

A final word must be said about the method employed to compile this Glossary. We took as a point of departure Herbert Melichar's *Japanese Archæological Terms with English and German Equivalents*, published as Vol. VIII, No. 2 (Winter 1964) of *Asian Perspectives* (Hawaii). However, as the latter was written specifically with the Japanese situation in mind, it contains a number of words irrelevant to Vietnamese archæology, while at the same time lacking many specialized terms relevant to Vietnam. Thus we went through many Vietnamese articles (in particular in *Khảo Cổ Học*), books and popular writings on archæology to extract relevant terms, for which we sought English equivalents or approximations. Finally, we supplemented this choice by the perusal of several Vietnamese dictionaries, and by gleaning English terms from certain specialized dictionaries and trying to find their Vietnamese counterparts.

Obviously such a heterogeneous concoction must contain a number of omissions and misconceptions, and can only be seen as the beginning of an enterprise which might eventually bridge the gap between Vietnamese and foreign archæologists and, we hope, lead to a better understanding of each other's work and aspirations.

H.H.E. L.-W.

ACKNOWLEDGMENTS

There are three people in particular who were instrumental in seeing this Glossary through to publication, two of whom should rightly figure as co-authors of it. As they, all too modestly, did not agree to that proposal, we chose the formula of 'with the Assistance' as the best way out. Mr. Pham Van Minh [thanks to an ARGC grant, for which I wish to record my appreciation], through his painstaking work in the course of several years laid the groundwork of the Glossary; and Mr. Nguyen M. Long, Tutor in Vietnamese in the Southeast Asia Centre, Faculty of Asian Studies, whose erudition allied to a willingness to help well beyond the call of duty, rounded the work off by eliminating errors, correcting ambiguous interpretations and adding a number of essential words. Finally, Ms Mary Hutchinson, Research Assistant in the Faculty of Asian Studies, helped with the compilation of the English index and arranged and fed the material into the word processor. My indebtedness to them all is great indeed.

Numerous other people in Australia, Europe and Vietnam have helped me in one way or another, to all of whom my thanks. Since I cannot mention all by name, I would like only to single out my colleagues at this University, Dr. David Marr and Dr. Marybeth Clark; and the late Professor Pham Huy Thông, Director of the Institute of Archæology of the SRVN, and his enthusiastic team in Hanoi, in particular Messrs Nguyễn Duy Tỳ, Chữ Văn Tần and Hà Văn Tấn.

Any remaining mistakes or shortcomings are of course my responsibility.

H.H.E. L.-W.

Abbreviation

S.V. = Sino-Vietnamese (i.e. word of Chinese origin).

VIETNAMESE-ENGLISH ARCHÆOLOGICAL GLOSSARY*

A

1. ẤM ĐỒNG: Bronze kettle. *See also* DI.
2. ẤN ĐỒNG: Bronze seal.
3. ẤN GỐM: Clay seal, tampon.
4. ANG: Shallow plate-like ceramic bowl.
5. ÁO GỐM: Engobe or Slip (coat of powdered clay mixed with water applied to pottery before firing);
   Glaze (thin glassy layer fused to the clay surface of a ceramic object through firing). *See also* MEN GỐM.
6. ÂU ĐỒNG: Footed bronze basin.

B

7. BÃ: Food residue.
8. BẮC SƠN: Name of a precinct in Lang Son province where several sites were unearthed by Mansuy and Colani. Bacsonian sites were characterized by partly polished axes and stones with 'Bacsonian marks'. *See also* DẤU BẮC SƠN and VĂN HÓA BẮC SƠN.
9. BÃI THA MA: Burial ground, cemetery.
10. BÀN CHẢI ĐỒNG: 'Bronze brush': socketed paddle-like bronze implement of unknown purpose with small studs on one side. *See* DŨA ĐỒNG.
11. BẢN ĐỊA: Indigenous, autochthonous (culture).
12. BÀN DẬP GỐM: Paddle or beater for impressing decoration on wet clay pots.
13. BÀN DẬP HOA VĂN: Paddle or beater *as above*.
14. BÁN HẦU: Man-ape. *See also* VƯỢN NGƯỜI.
15. BÀN MÀI: Grinding stone or polishing stone (large stone on which tools were ground or polished).

---

* NB. As there is no distinction in Vietnamese between the singular and plural form of nouns, here the singular form given throughout is also valid for the plural.

16. BÀN MÀI CÓ RÃNH HÌNH LÒNG MÁNG: Grinding stone with grooves called 'Ha-Long marks' since these stones have mainly been found along the North Vietnamese littoral. *See also* DẤU HẠ LONG.
17. BẢN MẪU GỖ: Wooden model, i.e. wooden support around a clay core for the casting of bronze drums.
18. BẢN MẪU SÁP: Wax model for casting objects in lost wax technique.
19. BẢN MẪU THU NHỎ NÔNG TRẠI: Clay model of farmhouse (found in Han tombs).
20. BÀN NGHIỀN: Saddle-quern. *See also* CỐI.
21. BÁN THÀNH PHẨM: Unfinished object (i.e. stone tool); rough-out. *See also* PHÁC VẬT RÌU.
22. BÀN XOAY: Potter's wheel.
23. BÀN XOAY ĐỒ GỐM LÀM BẰNG BÀN XOAY: Wheel-made pottery (as opposed to hand-made pottery).
24. BĂNG KỲ: Glaciation.
25. BĂNG KỲ GUYNXƠ: Günz Glaciation.
26. BĂNG KỲ MINĐEN: Mindel Glaciation.
27. BĂNG KỲ RIXƠ: Riss Glaciation.
28. BĂNG KỲ VUỐCMƠ: Würm Glaciation.
29. BẢNG NIÊN ĐẠI: Chronological table.
30. BÁNH XE KÉO SỢI: Spindle-whorl. *See also* DỌI XE CHỈ
31. BÁNH XE NHỎ BẰNG ĐẤT NUNG: Ceramic spindle-whorl.
32. BẢO LƯU: (VĂN HÓA): (Cultural) survival, conservation.
33. BẢO QUẢN: Preservation.
34. BÀO TỬ PHẤN HOA: Pollen.
35. BÀO TỬ PHẤN HOA HÓA THẠCH: Fossil pollen.
36. BÀO TỬ PHẤN HOA (PHÂN TÍCH): Pollen analysis.
37. BẢO VỆ: Preservation.
38. BÁT CÓ CHÂN ĐẾ: Stem-cup, footed bowl.
39. BÁT CÓ CHÂN ĐẾ CAO MÌNH MÂM BỒNG: High stem-cup, high footed bowl.
40. BÁT ĐÀN: Shallow bowl (i.e. with diameter greater than height).
41. BÁT GỐM: Ceramic bowl.

GLOSSARY

42. BÁT HƯƠNG: Incense burner (ceramic).
43. BÁT SƠN MÀI: Lacquer bowl.
44. BỀ RỘNG GÒ MÁ: Width of malax bone.
45. BỀ RỘNG Ổ MẮT: Orbital width.
46. BẾP GỐM: Portable pottery hearth.
47. BẾP NGUYÊN THỦY: 'Primeval hearth', i.e. layer containing charcoal, ash, charred animal bones, burnt and cracked stones and burnt artifacts, etc. in kitchen middens in Nghe Tinh province.
48. BI GỐM: Ceramic pellets used as missiles. *See also* ĐẠN ĐẤT, ĐẠN GỐM.
49. BIA MỘ GIẢ: Cenotaph.
50. BIÊN NIÊN: Chronology, chronological sequence.
51. BIÊN NIÊN SỬ: Annals.
52. BIẾN ĐIỆU: Stylized, stylization.
53. BIẾN HÌNH (CỦA XƯƠNG, SỌ): Deformation (of bones or skull).
54. BIẾN HÌNH DO BỊNH LÝ: Deformation through pathological causes.
55. BIẾN HÌNH DO ĐẤT ÉP: Deformation by earth pressure.
56. BIẾN HÌNH GIẢ TẠO: Artificial deformation.
57. BIỂN LÙI: Fall in sea level.
58. BIỂN TIẾN: Rise in sea level.
59. BIỂN TIẾN PHƠ-LAN-ĐƠ-RI-AN: Flandrian elevation of sea level caused by the melting of ice of the last glaciation (Würm).
60. BIỆT LOẠI: Taxonomic category, taxonomy, typology (of artifacts).
61. BIỂU ĐỒ PHẤN HOA: Pollen diagram, i.e. stratigraphic series of pollen spectra (*q.v.*).
62. BÌNH: Beaker.
63. BÌNH CỐT TÁNG: Earthenware coffin (used for secondary burial). *See also* CÁI TIỂU.
64. BÌNH ĐỒ CÓ ĐƯỜNG ĐỒNG MỨC: Contour plan.
65. BÌNH ĐỒNG: Large bronze container (for liquids) with lid and handles.
66. BÌNH ĐỒNG HÌNH LĂNG HOA: Baluster-shaped bronze vessel.
67. BÌNH GỐM HÌNH LĂNG HOA: Baluster-shaped (glazed) pottery vessel.
68. BÌNH MIỆNG VUÔNG (sv. PHƯƠNG): Deep vessel with round base and square mouth.

69. BÌNH VAI GẦY: Vessel with thin handles.
70. BỘ: Order (taxonomic).
71. BỘ LINH TRƯỞNG: Primates.
72. BỘ PHỤ VƯỢN-NGƯỜI: Anthropoids.
73. BỘ RĂNG: Dentition.
74. BỐI CẢNH ĐỊA CHẤT: Geological situation of a given area.
75. BỐI CẢNH THỰC VẬT: Vegetational environment, surrounding vegetation.
76. BỒI TÍCH (ĐẤT): Alluvial.
77. BÔN: Adze. *See also* RÌU and RÌU CÓ LƯỠI LỆCH MÀI VÁT MỘT BÊN.
78. BÔN CÓ NẤC: Stepped adze.
79. BÔN TAY: Adze.
80. BÚA: Hammer.
81. BÙN (ĐẤT): Silt.

C

82. C-14: C-14. *See* CACBON PHÓNG XẠ.
83. CA-LI AC-GON: Potassium (Kalium)-Argon (K-A) dating method.
84. CACBON PHÓNG XẠ: Radiocarbon dating method.
85. CÁCH ĐIỆU HÓA: Stylization, stylized (of patterns or ornaments).
86. CÁCH ĐÚC TRỐNG ĐỒNG: Technique of bronze casting.
87. 'CÁCH MẠNG ĐÁ MỚI': 'Neolithic Revolution'.
88. CÁCH TÍNH NIÊN ĐẠI: Chronological system.
89. CẢI TÁNG: Secondary burial (i.e. final burial of skeletal remains after preliminary burial during which flesh has decomposed) which can be in jar, box, etc.
90. CÁI TIỂU: Small coffin (used for secondary burial).
91. CÁN DAO HÌNH NGƯỜI: Anthropomorphic hilt (of dagger).
92. CÁN RÌU: Handle (of an axe or adze). *See also* ĐỐC RÌU.
93. CÁNH NGÔI SAO: Point of star.
94. CANH TÁC: Cultivation.
95. CẶP NỒI ĐẤT ÚP NHAU: Double burial jar (big jar covered by a smaller one serving as a lid).

96. CÀY: *See* LƯỠI CÀY.
97. CHẠC (GỐM): 'Pig leg' ceramic container, pediform ceramic container. *Also called* HIỆN VẬT HÌNH CỐC *or* CHÂN GIÒ.
98. CHÂN ĐẾ: Ring-foot (of metal or pottery vessel).
99. CHÂN ĐÈN (ĐỒNG): (Bronze) lamp-stand in the form of a kneeling man. The only example known so far was found in LẠCH TRƯỜNG.
100. CHÂN GIÒ: Pediform ceramic container. *See* CHẠC.
101. CHẮN TAY (KIẾM): Guard (of a sword or dagger).
102. CHẶT BỔ (DỤNG CỤ): Chopping-tool, chopper.
103. CHẶT CẮT (DỤNG CỤ): Cutting tool.
104. CHẬU: Basin (usually for containing liquid).
105. CHẬU HÌNH NÓN CỤT: Situla (bucket-shaped vessel of pottery or sheet bronze).
106. CHÀY NGHIỀN: Roller for saddle-quern, *see* BÀN NGHIỀN.
107. CHÀY VỒ: 'Big Pestle', crudely shaped hammer-stone for unknown purposes, some possibly hafted, mostly found in HOA LỘC and PHÚ LỘC sites. It is unlikely that these stones were used for flaking stone tools; it is suggested instead that they were used to hit or beat a comparatively soft surface, e.g. as a bark-cloth beater.
108. CHẾ PHẨM BẰNG ĐÁ: Stone artifact.
109. CHẾ PHẨM XƯƠNG: Bone artifact.
110. CHẾ TÁC (CÔNG CỤ): Fabricator (tool for manufacturing stone implements by flaking, e.g. hammer-stone).
111. CHÌ LƯỚI: Net-sinker.
112. CHÌ LƯỚI BẰNG ĐẤT NUNG: Clay net-sinker.
113. CHỈ SỐ KHẢO CỔ: Archæological evidence, indicator.
114. CHỈ SỐ KHỎE: Robusticity index, i.e. 'robustness' of mandible as expressed by mandibular ramus index (height compared with width of upward branch of mandible).
115. CHỈ SỐ NHÂN THỂ: Human somatology.
116. CHỈ SỐ RĂNG: Dental index.
117. CHỈ SỐ SỌ: Cephalic index or cranial index. *See also* under SỌ.
118. CHIÊM TINH HỌC: Osteology.
119. CHIM CỔ: Archæornis, Archæopteryx.

120. CHIM THỦY TỔ: Archæopteryx.
121. CHÍNH SỬ: Official history, Court annals.
122. CHÕ (ĐỒ XÔI): Steamer: ceramic vessel with perforated bottom, normally used for steaming glutinous rice.
123. CHỎM SỌ: Skull cap.
124. CHÔN CẠN (sv. BẠC TÁNG): Simple shallow burial.
125. CHÔN CẤT: Burial. *See also* MAI TÁNG.
126. CHÔN ĐẦU LÂU TRONG THẠP ĐỒNG: Skull burial in a bronze urn.
127. CHÔN NGƯỜI BẰNG CHUM: Jar burial.
128. CHÔN NGƯỜI THEO THẾ NẰM CO: Flexed burial position, with leg bent less than 90 degrees.
129. CHÔN NGƯỜI THEO THẾ NẰM NGHIÊNG: Extended burial position lying on one side.
130. CHÔN NGƯỜI THEO THẾ NẰM NGỬA: Extended supine burial position (face upwards).
131. CHÔN NGƯỜI THEO THẾ NẰM SẤP: Extended prone burial position (face downwards).
132. CHÔN NGƯỜI THEO THẾ NGỒI: Crouched burial position, with legs bent more than 90 degrees.
133. CHỦ NGHĨA TƯƠNG ĐỐI VĂN HÓA: Cultural relativism.
134. CHUM: Jar. *See also* MỘ VÒ ÚP.
135. CHỦNG TỘC: Race.
136. CHỦNG TỘC HỌC: Ethnology.
137. CHỦNG TỘC MÊLANÊXIA: Melanesian 'race'.
138. CHỦNG TỘC NAM MÔNG CỔ: Austro-Mongoloid 'race'.
139. CHỦNG TỘC ÔXTRALIA: Australian 'race'.
140. CHỦNG TỘC THÁI BÌNH DƯƠNG: Pacific 'race'.
141. CHUỖI TRÀNG HẠT: Buddhist 'rosary' (string of beads worn as necklace or held in hands).
142. CHUÔNG ĐỒNG: Bronze bell.
143. CHUÔNG ĐỒNG HÌNH DẸT: Bronze bell with lenticular cross-section.
144. CHUÔNG ĐỒNG HÌNH ỐNG: Cylindrical bronze bell.

145. CHUÔNG ĐỒNG NÚM VUÔNG: Bronze bell with truncated conical body of oval cross-section below and square top.
146. CHUÔNG NHẠC: Small bronze bell (probably used in connection with dancing).
147. CHÙY: Club.
148. CHÙY GỖ: Wooden club.
149. CHUYỂN HÓA TIỆM TIẾN: Gradual transformation, evolution, evolutionary.
150. CỔ (BÌNH, NỒI): Neck (of beaker or other vessel).
151. CỔ BẢN: Prototype, archetype.
152. CỔ BỆNH HỌC (CỔ BỊNH HỌC): Palæopathology (science of ancient diseases).
153. CỔ ĐẠI: Antique, antiquity. *Also* VĂN HÓA CỔ ĐẠI, THỜI CỔ ĐẠI.
154. CỔ DÂN TỘC HỌC: Palæoethnography. *Also called* DÂN TỘC HỌC KHẢO CỔ.
155. CỔ ĐỘNG VẬT HỌC: Palæozoology. *See also* CỔ SINH VẬT HỌC.
156. CỔ ĐỘNG VẬT CÓ XƯƠNG SỐNG: Vertebrate palæontology.
157. CỔ HUYẾT HỌC: Palæoserology (study of blood and blood groups in the ancient past).
158. CỔ KHÍ HẬU HỌC: Palæoclimatology.
159. CỔ NHÂN HỌC: Palæoanthropology; physical anthropology of 'ancient' man.
160. CỔ SINH ĐỊA LÝ HỌC: Palæobiogeography.
161. CỔ SINH HỌC: Palæontology.
162. CỔ SINH MÔI HỌC: Palæo-environment studies.
163. CỔ SINH THÁI HỌC: Palæoecology.
164. CỔ SINH VẬT HỌC: Palæontology.
165. CỔ SỬ: Proto-history, ancient history.
166. CỔ THỔ NHƯỠNG HỌC: Palæopedology.
167. CỔ THỰC VẬT HỌC: Palæobotany.
168. CỔ TÍCH: Historical legends. *See also* TRUYỀN THUYẾT.
169. CỔ TỪ HỌC: Archæomagnetics.
170. CỔ TỪ TÍNH: Palæomagnetism, archæomagnetism.

171. CÓC (HÌNH TƯỢNG): Stylized frog figurine decorating tympana of certain bronze drums.
172. CỐC CÓ CHÂN CAO: High stemmed cup or high footed bowl.
173. CỐC CÓ CHÂN ĐẾ: Stemmed cup or footed bowl.
174. CỌC GỖ: Wooden pole(s). *See also* NHÀ SÀN ĐÔNG SƠN.
175. CỐI: Rotary quern, mortar.
176. CỒN SÒ ĐIỆP: Shell midden, shell mound, shell heap, kitchen midden.
177. CỒNG: Gong.
178. CÔNG CỤ: Implement, tool.
179. CÔNG CỤ BẰNG SÒ: Shell tool or implement, made of clam shell.
180. CÔNG CỤ BẰNG SỪNG: Antler tool or implement.
181. CÔNG CỤ BẰNG VỎ HẾN: Shell tool or implement, made from shell of small mussel.
182. CÔNG CỤ CẮT KHÍA: 'Implement to cut and split with': crude oval or discoid stone 'knife (knives)' found at a Hoabinhian site. Although vaguely similar to the Hoabinhian short axe, they are different from the latter in as much as their cutting edge is worked on both sides.
183. CÔNG CỤ CHẶT ĐẬP: Chopper, crudely flaked chopping-tool.
184. CÔNG CỤ CHẶT HÌNH RÌU: Cleaver, *hachereau* (Lower Palæolithic core tool).
185. CÔNG CỤ CHẶT LƯỠI DỌC: Side scraper, *racloir*.
186. CÔNG CỤ CHẶT LƯỠI HẸP: End chopper, pebble tool with butt showing cortex.
187. CÔNG CỤ CHẶT THÔ: Chopper, chopping-tool.
188. CÔNG CỤ CHẾ TÁC: Fabricator. *See also* CHẾ TÁC.
189. CÔNG CỤ CÓ LƯỠI CHUNG QUANH: Discoidal stone tool, Levalloisian flake.
190. CÔNG CỤ CÓ LƯỠI HAI ĐẦU: Double-edged stone implement.
191. CÔNG CỤ CÓ LƯỠI Ở MỘT ĐẦU: Chopper, chopping-tool.
192. CÔNG CỤ CÓ LƯỠI THEO RÌA DỌC: Side scraper.
193. CÔNG CỤ ĐÁ MÀI HOÀN TOÀN: Wholly-ground stone implement.
194. CÔNG CỤ ĐIỂN HÌNH: Typical stone implement.
195. CÔNG CỤ ĐỒ ĐÁ DÀI: Microlith. *Also called* CÔNG CỤ ĐỒ ĐÁ NHỎ.

196. CÔNG CỤ ĐỒ ĐÁ GỐC: Core implement or tool.
197. CÔNG CỤ GHÈ THÔ: Crudely-flaked pebble tool.
198. CÔNG CỤ HÌNH BÁN NGUYỆT: Crescent-shaped flake 'scraper'.
199. CÔNG CỤ HÌNH ĐĨA: Discoidal unifacially-flaked implement.
200. CÔNG CỤ HÌNH HẠNH NHÂN: Almond-shaped (i.e. oval) unifacially-flaked tool ('Sumatralith'). See also CÔNG CỤ KIỂU 'SUMATRA'.
201. CÔNG CỤ HÌNH LƯỠI (KỸ NGHỆ): Blade-tool industry consisting of long, narrow flakes with approximately parallel sides struck directly from the core which frequently assume the shape of a fluted truncated core.
202. CÔNG CỤ HÌNH MÚI CAM: Pebble chopping-tool in orange-segment-like form, found at Sonvinian sites. See also VĂN HÓA SƠN VI.
203. CÔNG CỤ HÌNH RẺ QUẠT: Fan-shaped flake scraper.
204. CÔNG CỤ KIỂU RACLOA: *Racloir*.
205. CÔNG CỤ KIỂU SUMATRA: Sumatralith, i.e. unifacially-worked pebble tool found mainly in Sumatra. Same as ĐÁ 'SUMATRA'.
206. CÔNG CỤ LAO ĐỘNG: Heavy-duty tool.
207. CÔNG CỤ NẠO: (Side) scraper.
208. CÔNG CỤ NẠO BẰNG VỎ SÒ: Scraper or spatula made of shell.
209. CÔNG CỤ NẠO THÔ: Crudely-chipped (side) scraper.
210. CÔNG CỤ SẢN XUẤT: Early agricultural implement made of stone or wood.
211. CÔNG CỤ SẮT: Iron tool or implement.
212. CÔNG CỤ TIÊU BIỂU: Typical artifact, marker, *leitfossil*.
213. CÔNG CỤ 'TRUYỀN THỐNG': 'Traditional' implement, e.g. unifacially flaked implement or pebble tool.
214. CÔNG CỤ TƯỚC: Flake tool.
215. CÔNG CỤ XƯƠNG: Bone implement.
216. CÔNG NGUYÊN: Christian calendar.
217. CÔNG NGUYÊN (TRƯỚC): B.C.
218. CÔNG NGUYÊN (SAU): A.D.
219. CÔNG XÃ NGUYÊN THỦY: Primitive society.
220. CÔNG XÃ NÔNG NGHIỆP: Agricultural society.
221. CÔNG XÃ THỊ TỘC PHỤ HỆ: Patriarchal society.

222. CÔNG XƯỞNG ĐỒ ĐÁ: Workshop for making stone tools, chipping floor. See also ĐỊA ĐIỂM CHẾ TẠO CÔNG CỤ ĐÁ.
223. CỐT HÓA: Ossification.
224. CỐT TRẮC HỌC: Osteometry. See also ĐO ĐẠC SỌ.
225. CƯ DÂN BẢN XỨ: Indigenous population, aboriginals.
226. CƯ DÂN NGUYÊN THỦY: 'Primitive inhabitants', aboriginals, prehistoric population group.
227. CƯ THẠCH (THỜI KỲ): Megalithic.
228. CƯ TRÚ HANG ĐỘNG: Cave dwelling.
229. CỤC ĐỒNG: Bronze waste.
230. CỤC TECTIT: Tektite. See also SẮT THIÊN THẠCH.
231. CỤC THỔ HOÀNG: Red ochre, hæmatite.
232. CUNG: (Small) bow. See also NỎ.
233. CUỐC: Hoe.
234. CUỐC ĐÁ: Stone hoe.
235. CUỐC ĐÁ CÓ NẤC: Stepped stone hoe.
236. CUỐC ĐÁ CÓ VAI: Shouldered stone hoe.
237. CUỐC ĐA HÌNH TỨ GIÁC: Large quadrangular adze found at Hoa-Loc site.
238. CUỐC ĐA NGUYÊN THỦY: 'Primitive' stone hoe, i.e. shouldered adze.
239. CUỐC SẮT: Iron hoe.
240. CUỘI (ĐÁ CUỘI): Pebble.
241. CUỘI DẸT: Flat pebble (for making Sumatralith).
242. CUỘI QUÁC: Quartz. See also THẠCH ANH.
243. CUỘI SÔNG: River pebble.
244. CUỘI TỰ NHIÊN: Pebble.
245. CỨT HÓA ĐÁ PHÂN HÓA ĐÁ: Coprolite (petrified or dried fæces).

D

246. DA GỐM: Glaze (on the surface of ceramics), glazed.
247. DẦM ĐÁ: 'Stone paddle', type of stone tool of unknown purpose, found in the highlands of Southern Vietnam, vaguely resembling a paddle: a rather

large but thin, slightly curved blade, flaked and partly polished. It has been suggested that it was used as an agricultural implement.

248. DĂM TƯỚC: Waste flake; small unworked stone chip. *See also* MẢNH TÁCH.
249. DÂN THỔ CƯ: Aborigines. *See also* CƯ DÂN NGUYÊN THỦY.
250. DÂN TỘC HỌC: Ethnography, ethnology.
251. DÂN TỘC HỌC ĐẠI CƯƠNG: General ethnography.
252. DÂN TỘC HỌC ĐỊA PHƯƠNG: Regional ethnography.
253. DÂN TỘC HỌC ĐIỀN DÃ: Field ethnography.
254. DÂN TỘC HỌC KHẢO CỔ: Palæoethnography. *Also called* CỔ DÂN TỘC HỌC.
255. DÂN TỘC HỌC SO SÁNH: Comparative ethnography.
256. DÂN TỘC HỌC ỨNG DỤNG: Applied ethnography, ethnographic parallels.
257. DÂN TỘC-THỰC VẬT HỌC: Ethnobotany.
258. DẠNG TIỀN THÂN: Prototype, archetype.
259. DANH MỤC ĐỘNG VẬT: Fauna.
260. DANH MỤC THỰC VẬT: Flora.
261. DAO CẦU: 'Herbalist's knife': polished stone trapeziform knife resembling the hatchet used in local pharmacies for cutting herbs; only one found in Vietnam so far.
262. DAO ĐÁ: 'Stone paddle', *see* DẦM ĐÁ.
263. DAO ĐỒNG CÁN RỖNG: Bronze dagger with perforated bulbous handle.
264. DAO GĂM ĐỐC CỦ HÀNH: 'Onion-shaped hollow bronze hilt' of dagger (of Chinese origin).
265. DAO GĂM ĐỒNG: Bronze dagger.
266. DAO GĂM ĐỒNG LÁ TRE: 'Bamboo-leaf-shaped' bronze dagger.
267. DAO GỌT: *Tao*-knife: long narrow bronze blade with bronze handle finishing in a ring (of Chinese origin). *See also* TƯỚC.
268. DAO GỌT CÓ CHUÔI VÒNG: *Tao*-knife ('with ring'), *see above*.
269. DAO HÁI: Stone harvesting knife.
270. DAO KHẮC: Burin.
271. DAO KHẮC BÉ: Microburin.
272. DAO KHẮC DŨNG CẠNH: Lateral burin.

273. DAO KHẮC MỘT ĐẦU: Terminal burin.
274. DAO KHẮC NHIỀU MẶT: Multi-faceted burin.
275. DAO NẠO: Scraper.
276. DAO NẠO DÙNG CẠNH: Side-scraper.
277. DAO NẠO HÌNH HẠCH: Nucleiform scraper.
278. DAO NẠO HÌNH MÓNG: Unguiform or claw-shaped scraper.
279. DAO NẠO LỒI: Convex scraper.
280. DAO NẠO LỒI LÕM: Concave-convex scraper.
281. DAO NẠO LÕM: Concave scraper.
282. DAO NẠO RĂNG CƯA: Serrated scraper.
283. DẤU ẤN: Stamped motifs or patterns on pottery.
284. DẤU BẮC SƠN: 'Bacsonian marks': two parallel grooves on small elongated pebble artifacts of unknown use.
285. DẤU HẠ LONG: 'Ha-Long marks'. *See* BÀN MÀI CÓ RÃNH LÒNG MÁNG.
286. DẤU LÕM MẢNH TƯỚC: Bulb of percussion.
287. DẤU LÕM MẢNH TƯỚC MẶT ÂM: Concave bulb of concussion.
288. DẤU LÕM MẢNH TƯỚC MẶT DƯƠNG: Convex bulb of concussion.
289. 'DẤU VẢI IN': 'Textile marks' or cord marks on a vessel; 'cloth-texture' motif made by impressing certain objects (not necessarily cloth itself) on wet clay.
290. DÂY NÉM ĐÁ: Bola.
291. DI: Kettle: teapot-like container for liquid (of Chinese origin)
292. DI CHỈ: Archæological site.
293. DI CHỈ CƯ TRÚ: Habitation site; dwelling site.
294. DI CHỈ ĐỒI HẾN: Shell midden, *same as* CỒN SÒ ĐIỆP.
295. DI CHỈ ĐỐNG VỎ SÒ: Kitchen midden, shell midden, *kjökkenmöddinger* *Also* ĐỐNG VỎ SÒ.
296. DI CHỈ LỘ THIÊN: Open-air site.
297. DI CHỈ NGOÀI TRỜI: Open-air site, *as above*.
298. DI CỐT: (Human) skeletal remains.
299. DI TÍCH ĐỘNG VẬT: Faunal remains.
300. DI TÍCH HANG ĐỘNG: Cave site.
301. DI TÍCH HÓA THẠCH: Fossilized remains; fossils.

302. DI TÍCH RÁC BẾP: Kitchen refuse, garbage.
303. DI TÍCH THỰC VẬT: Remains of flora, vegetal remains.
304. DI VẬT ĐỒNG: Bronze artifacts.
305. DI VẬT KHẢO CỔ: Archæological finds; artifacts; relics; deposits.
306. DI VẬT NGOẠI LAI: Artifacts of foreign (e.g. Chinese) origin.
307. DI VẬT QUÍ: Precious find (either because of rarety or intrinsic value).
308. DI VẬT TIÊU BIỂU: Typical artifacts.
309. DI VẬT VĂN HÓA: Cultural remains.
310. DI VẬT XƯƠNG: Bone artifacts; animal bones.
311. DIỀM TRANG TRÍ: Linear relief decoration.
312. DIỆN ĐÀO: Excavated area.
313. DIỆN ĐIỀU TRA: Archæological field survey; surface survey.
314. DIỆN GHÈ: Flake(d) surface of stone implement; striking platform.
315. DIỆN KHAI QUẬT: Excavated area.
316. DIỆN PHÂN BỐ: Area of distribution (of population); area of dispersion (of artifacts).
317. DIỆN SINH HOẠT: Living surface; occupation floor.
318. DIỆN TỰ NHIÊN (VỎ CUỘI): Cortex, natural surface (on otherwise worked stone artifact).
319. DỌI XE CHỈ: Spindle whorl. *Also* BÁNH XE KÉO SỢI.
320. DỌI XE CHỈ HAI HÌNH NÓN CỤT: Bi-conical ceramic spindle whorl.
321. DU CANH: Shifting agriculture, cultivation.
322. DU CƯ: Nomad.
323. DU MỤC: Nomadic.
324. DŨA ĐỒNG: 'Bronze brush' (bronze artifact of unknown purpose resembling a brush).
325. DÙI: Drill or awl.
326. DÙI ĐÁ: Stone awl.
327. DÙI ĐÁ NHỎ: Micro-burin: a small flake fragment, by-product of the manufacture of geometric microliths.
328. DÙI XƯƠNG: Bone awl.
329. DỤNG CỤ MÀI LƯỠI: Partially (cutting edge only) polished stone tool.
330. DỤNG CỤ MÀI NHẴN: Polished stone tool or implement.

331. DỤNG CỤ MÀI TOÀN THÂN: Wholly ground stone tool.
332. DUNG LƯỢNG NÃO: Brain capacity; endocranial volume.

Đ

333. ĐÁ CÓ DẤU CƯA: 'Stone with traces of sawing': flaked pebble tool of unknown purpose showing traces of sawing on one side, found in several Hoabinhian sites in North Vietnam.
334. ĐÁ CO LỖ: Pebble with circular depressions. *See also* HÒN CUỘI CÓ LỖ VŨM.
335. ĐÁ CŨ HẬU KỲ: Upper Palæolithic.
336. ĐÁ CŨ SƠ KỲ: Lower Palæolithic.
337. ĐÁ CŨ TRUNG KỲ: Middle Palæolithic.
338. ĐÁ CUỘI NHỎ: Pebbles, broken stones.
339. ĐÁ DÀI: Menhir.
340. ĐÁ HOA CƯƠNG: Granite (granular crystallized rock of quartz, orthoclase, feldspar and mica).
341. ĐÁ KHỐI: Rock.
342. ĐÁ LỚN: Megalith.
343. ĐÁ LỬA: Silex.
344. ĐÁ MỚI: New Stone (Age), Neolithic.
345. ĐÁ MỚI HẬU KỲ: Late Neolithic.
346. ĐÁ MỚI SƠ KỲ: Early Neolithic.
347. ĐÁ MỚI TRUNG KỲ: Middle Neolithic.
348. ĐÁ QUẶNG: Rock (as opposed to pebble) used for making tool.
349. ĐÁ SỚM: Eolith, naturifact.
350. ĐÁ 'SUMATRA': Sumatralith. *Same as* RÌU KIỂU SU-MA-TƠ-RA.
351. ĐÁ VỎ CHAI: Obsidian.
352. ĐÁ VÔI: Limestone.
353. ĐÁ VÒNG: Cromlech.
354. ĐÁ XANH: Greenstone (e.g. serpentine, olivine, jade, nephrite).
355. ĐẶC ĐIỂM HÌNH THÁI: Morphological characteristics.
356. ĐẶC ĐIỂM MÔ TẢ: Non-metrical characteristics of the skull.

357. ĐẶC HỮU: Distinctive feature; identifying mark.
358. ĐẶC TÍNH BỘ RĂNG: Dental characteristics.
359. ĐẶC TÍNH BỘ XƯƠNG: Post-cranial features, morphological characteristics of the skeleton.
360. ĐẠI CHỦNG MÔNGƠLÔIT: Mongoloid.
361. ĐẠI CHỦNG ÔXTRALÔNÊGRÔIT: Australo-negroid.
362. ĐẠI HỒNG THỦY: Deluge; Diluvium; Diluvial epoch.
363. ĐÀN ĐÁ PHIẾN: Lithophone; phonolith; sounding-stone.
364. ĐẠN ĐẤT: Clay pellet (sun-dried); ĐẠN GỐM: Clay pellet (fired).
365. ĐÁNH BÓNG (GỐM): Burnishing.
366. ĐÁNH CÁ: Fishing.
367. DAO: Knife, machete: broad heavy knife used as weapon.
368. DAO CANH HỎA CHỦNG: Slash and burn (agricultural method).
369. ĐẤT BỒI TÍCH: Alluvium; alluvial soil.
370. ĐẤT CÁI: Natural (sterile) soil, i.e., soil devoid of finds. *See also* ĐẤT NỀN.
371. ĐẤT CANH TÁC: Cultivated soil.
372. ĐẤT CHÁY: Burnt soil; traces of fire on an occupation floor.
373. ĐẤT LỚT: Loess.
374. ĐẤT MÙN: Humus.
375. ĐẤT NỀN: 'Base soil': sterile soil below cultural layers.
376. ĐẤT SÉT: Clay.
377. ĐẤT SÉT TRẮNG: Kaolin.
378. ĐẤT THỊT: 'Fertile soil': bottom layer of artifact-bearing clay or silt of some North Vietnamese shell mounds.
379. ĐẬU: Stem-cup.
380. ĐẦU DÀI: Dolichocephalic.
381. ĐẦU DÀI TRUNG BÌNH: Mesodolichocephalic.
382. ĐẦU MŨI TÊN: Point of an arrowhead.
383. ĐẦU NGẮN: Brachycephalic.
384. ĐẬU RÓT (KHUÔN ĐÚC): Runnel; pouring channel; spout.
385. ĐẦU TRUNG BÌNH: Mesocephalic.
386. ĐÁY (ĐỒ GỐM): Bottom, base (of a vessel, etc.).

387. ĐÁY BẰNG: Flat bottom, base.
388. ĐÁY LÕM: Concave or hollow bottom, base.
389. ĐÁY TRÒN: Convex or raised bottom, base.
390. ĐỀN: Temple.
391. ĐÈN ĐỒNG: Bronze (oil)-lamp.
392. ĐÈN GỐM: Pottery lamp.
393. ĐÈN TREO BẰNG ĐỒNG: Hanging decorated bronze oil-lamp, characteristic of Lach-Truong site.
394. ĐẸO ĐÁ: Stature, height (of a person).
395. ĐỊA BÀN CƯ TRÚ: Area of occupation.
396. ĐỊA BÀN PHÂN BỐ: Area of distribution (of population): dispersal (of artifacts). See also DIỆN PHÂN BÔ.
397. ĐỊA ĐIỂM CHẾ TẠO CÔNG CỤ ĐÁ: Workshop for manufacturing flaked stone tools; chipping floor. See also CÔNG XƯỞNG ĐỒ ĐÁ.
398. ĐỊA ĐIỂM KHẢO CỔ: Archæological site.
399. ĐỊA ĐIỂM NGỤ CƯ: Habitation site; (archæological) occupation area.
400. ĐỊA ĐIỂM QUẦN CƯ: Habitation site, etc. *as above*.
401. ĐỊA KHỐI ĐÁ VÔI: Limestone massif.
402. ĐĨA MÀI: Polished disk.
403. ĐỊA MẠO: Geomorphological; geomorphological features.
404. ĐỊA MẠO HỌC: Geomorphology.
405. ĐỊA NIÊN ĐẠI HỌC: Geochronology.
406. ĐỊA TẦNG (CẤU TRÚC): Stratigraphical features or situation.
407. ĐỊA TẦNG (LIÊN HỆ): Correlation of strata.
408. ĐỊA TẦNG HỌC: Stratigraphy.
409. ĐỊA TẦNG KHẢO CỔ: Archæological layer, stratum.
410. ĐIỀN DÃ (KHẢO CỔ): Field archæology.
411. ĐIỀU TRA KHẢO CỔ: Archæological survey.
412. ĐỈNH: *Li* tripod (Chinese).
413. ĐỈNH GỐM: Ceramic tripod; *ting* (Chinese), i.e. tripod with solid legs.
414. ĐỈNH NGÓI: Ceramic peg for fixing tiles found at Co Loa.
415. ĐỒ ÁN: Pattern; decorative motif; decoration.
416. ĐỒ CHÕ XÔI: Vessel with perforated bottom; steamer.

GLOSSARY

417. ĐỘ CỨNG CỦA ĐỒ GỐM: Hardness of ceramics, pottery.
418. ĐỒ CÚNG TẾ: Ceremonial pottery; burial ceramics.
419. ĐỒ ĐÁ: Stone tool, implement.
420. ĐỒ ĐÁ ĐẼO: Flaked stone.
421. ĐỒ ĐÁ MÀI: Ground or polished stone tool, implement.
422. ĐỒ ĐÁ MÀI NHẴN: Polished stone tool.
423. ĐỒ ĐÁ NHỎ: Microlith.
424. ĐỒ ĐÁ NHỎ BA GÓC: Triangular, geometric microlith.
425. ĐO ĐẠC SỌ: Craniometry.
426. ĐỒ ĐAN: Basketry.
427. ĐỘ DÀY CỦA ĐỒ GỐM: Wall-thickness of pottery.
428. ĐỘ DÔ: Prognathism.
429. ĐỘ DÔ Ổ RĂNG: Alveolar prognathism.
430. ĐỒ ĐỒNG: Bronze object.
431. ĐỒ ĐỰNG (GỐM): Ceramic container.
432. ĐỒ ĐỰNG CÓ NẮP ĐẬY: Lidded vessel.
433. ĐỒ GỐM: Ceramics; pottery.
434. ĐỒ GỐM CHÂN CHẠC: Ceramic object with two or more legs. *See* CHẠC (GỐM).
435. ĐỒ GỐM CÓ CHÂN ĐẾ: Footed vessel, pottery.
436. ĐỒ GỐM CUỘN: Coiled pottery.
437. ĐỒ GỐM KHÔNG CÓ GỜ: Pottery without rim, or 'direct rim' pottery, i.e. without distinction between body and rim.
438. ĐỒ GỐM LÀM BẰNG BÀN XOAY: Wheel-made, as opposed to hand-made, pottery.
439. ĐỒ GỐM MỎNG: Thin-walled pottery.
440. ĐỒ GỐM PHẾ THẢI: Ceramic waste.
441. ĐỒ GỐM SƠN: Painted pottery.
442. ĐỒ GỐM TRÁNG MEN: Glazed pottery.
443. ĐỒ GỐM VĂN THỪNG: Corded ware; cord-marked pottery.
444. ĐỘ HÀM DÔ TOÀN PHẦN: Total prognathism.
445. ĐỘ HÀM DÔ TRUNG BÌNH: Mesoprognathism.
446. ĐỘ HÀM THẲNG ĐỨNG: Orthognathism.

447. ĐỒ MẪU THU NHỎ: Small replica, miniature model.
448. ĐỒ MINH KHÍ: Burial goods; grave goods.
449. ĐỘ MÒN: Wear (and tear).
450. ĐỘ NUNG: Degree of firing (of pottery); temperature of firing.
451. ĐỘ PHÂN BỐ PHẤN HOA: Pollen spectrum, i.e. pollen frequencies in each stratigraphic level of a given site.
452. ĐỘ RẮN: Hardness of pottery. *See also* ĐỘ CỨNG CỦA ĐỒ GỐM.
453. ĐỒ SẮT: Metal (iron) tool or implement.
454. ĐỒ TẠO TÁC: Artifacts.
455. ĐỘ THẤM NƯỚC CỦA ĐỒ GỐM: Permeability (of ceramics).
456. ĐỒ THỜ: Ritual objects.
457. ĐỒ THỜ ĐÁ: Magic stone, spirit stone, *pierre-génie*.
458. ĐỒ TRANG SỨC: Body ornaments; accessories.
459. ĐỒ TRANG SỨC BẰNG VỎ SÒ: Shell ornament.
460. ĐỒ XƯƠNG: Bone tool or implement.
461. ĐOÀN THỂ: Association.
462. ĐỐC KIẾM: Hilt of sword.
463. ĐỐC RÌU: Butt of axe or adze.
464. ĐỔI CHÁC: Barter, trade.
465. ĐỔI CHÁC NGUYÊN THỦY: Exchange in kind, barter.
466. ĐỐI CHIẾU: Comparative study.
467. ĐỒI HẾN: Shell midden. *See also* CỒN SÒ ĐIỆP.
468. ĐỜI THƯƠNG: Shang period (*adj.*).
469. ĐƠN VỊ KHẢO CỔ: Archeological unit
470. ĐƠN VỊ PHÂN BIỆT CHỦNG LOẠI: Taxon, taxonomic category, i.e. species, order, etc.
471. ĐỒNG: Bronze; copper; brass.
472. ĐỘNG: Cave.
473. ĐỒNG CỔ (sv): Bronze drum. *Same as* TRỐNG ĐỒNG.
474. ĐỒNG ĐẠI: Contemporaneous.
475. ĐỒNG ĐỎ: Copper ('red bronze').
476. ĐỒNG HÓA: (Cultural) assimilation.
477. ĐỒNG KHÍ THỜI ĐẠI: Bronze Age. *See also* THỜI ĐẠU ĐỒNG THAU.

GLOSSARY

478. ĐỒNG LẦY: Bog.
479. ĐỐNG RÁC BẾP: Kitchen midden, kitchen refuse. See also CỒN SÒ ĐIỆP.
480. ĐỒNG TIỀN: *Sapèque* coin.
481. ĐỒNG TIỀN BÁN LẠNG: Coin of half-*sapèque* value.
482. ĐỒNG TIỀN LỮ HẬU: Wu-shu-type (Chinese) coin.
483. ĐỒNG TIỀN VƯƠNG MÃNG: Wang Mang-type (Chinese) coin.
484. ĐỘNG VẬT CỔ: Palæozoology.
485. ĐỘNG VẬT CÓ VÚ HÓA THẠCH: Fossilized mammal bones.
486. ĐỘNG VẬT CÓ XƯƠNG SỐNG: Vertebrates.
487. ĐỘNG VẬT THÂN MỀM: Mollusc.
488. ĐỐNG VỎ SÒ: Kitchen midden, shell midden, *kjökkenmöddinger*. See also DI CHỈ ĐỐNG VỎ SÒ.
489. ĐỤC BẸT: 'Wide chisel', i.e. small socketed bronze tool resembling a chisel, with comparatively wide cutting edge.
490. ĐỤC CÓ VAI: Stone chisel or gouge, slightly shouldered, wholly or partly ground, found in Bien Hoa.
491. ĐỤC ĐÁ: Stone burin, chisel.
492. ĐÚC ĐỒNG: Bronze casting.
493. ĐỤC LƯỠI HÌNH TÁM RĂNG: 'Burin with eight teeth': bronze implement of unusual shape and unknown use.
494. ĐỤC MỘT (ĐỒNG): 'Pointed chisel', i.e. small socketed bronze tool used as spike or punch.
495. ĐỤC VŨM: 'Hollow chisel', i.e. small gouge chisel.
496. ĐỤC VŨM BẰNG XƯƠNG: Bone gouge chisel.
497. ĐUÔI TÊN TRÒN GIỮA LÕM: Notched base of arrow.

G

498. GẠO CHÁY: Charred rice.
499. GÁO HÌNH TẨU: 'Dipper in form of a pipe': small, elaborately-decorated, ladle-like receptacle with long handle found in North Vietnamese Bronze Age sites.
500. GẬY CHỈ HUY: *Bâton de commandement*, 'shaft straightener'.
501. GẬY CHỌC LỖ: Digging stick.

502. GẬY GỖ: Wooden stick, club.
503. GHÈ ĐẼO: Flake; flaked; flaking.
504. GHÈ GIÁN TIẾP: Secondary flaking; retouch, retouching.
505. GHÈ HAI MẶT: Bifacially flaked.
506. GHÈ MỘT MẶT: Unifacially flaked.
507. GHÈ THÔ: Primary flaking. *Same as* GHÈ TRỰC TIẾP below.
508. GHÈ TRÊN ĐE: 'Block-on-block' technique of flaking stone tools, i.e. by bashing the core against the edge of a larger anvil stone — presumably the most primitive method of flaking, traces of which are preserved on Clactonian implements.
509. GHÈ TRỰC TIẾP: Primary flaking.
510. GHI CHÉP: Recording.
511. GỈ ĐỒNG: Patina (on bronze).
512. GỈ SẮT: Iron slag, scoria.
513. GIA CẦM: Poultry; domesticated fowl.
514. GIA CÔNG: Making, producing (an artifact).
515. GIA SÚC: Domesticated animal.
516. GIAI ĐOẠN VĂN HÓA: Cultural phase (an archæological unit possessing traits sufficiently characteristic to distinguish it from other units).
517. GIẢI PHẪU BỘ XƯƠNG: Skeletal anatomy.
518. GIÁM ĐỊNH MẪU TRO THAN: Charcoal identification (the identification of types of trees, bamboo, etc. from charcoal found in excavations).
519. GIÁM ĐỊNH NIÊN ĐẠI: Periodization. *See also* XÁC ĐỊNH NIÊN ĐẠI.
520. GIÁO: Spearhead.
521. GIÁO ĐÁ: Stone spearhead (found in Hoa-Loc and Phu-Loc sites).
522. GIÁO ĐỒNG: Bronze spearhead.
523. GIAO LƯU VĂN HÓA: Cultural interaction; acculturation.
524. GIÁO THIỆU DƯƠNG: Thieu-Duong(-type) spearhead: elongated, usually rather large bronze spearhead, socketed or with a tenon, whose main characteristic is that it has one or more (up to four) perforations on the lower part of the blade. Found in Thieu-Duong site in Thanh-Hoa.
525. GIÁP CỐT VĂN: Bone inscription; inscribed bone.
526. GIẤY PHÉP KHAI QUẬT: Excavation licence.

GLOSSARY

527. GIẾNG CỔ: Ancient well.
528. GIỎ: Small deep basket for carrying fish.
529. GIỚI HẠN MUỘN: Not later than, *terminus ante quem*; terminating-point; *terminus ad quem*. Also called GIỚI HẠN DƯỚI.
530. GIỚI HẠN SỚM: Not earlier than, *terminus post quem*; starting-point; *terminus a quo*. Also called GIỚI HẠN TRÊN.
531. GIỐNG: Genus (taxonomic).
532. GỜ: Knob, small handle (on rim of vessel).
533. GỜ (NỔI): Flange.
534. GỖ HÓA THẠCH: Fossilized wood.
535. GỐM. Ceramics; pottery.
536. GỐM (SƯƠNG or XƯƠNG): Paste texture (of ceramics).
537. GỐM BỞ (sv. NHUYỄN ĐÀO): Brittle (easily breakable) pottery.
538. GỐM CHƯA NUNG (sv. GỐM MỘC): Dried pottery (or clay objects) before firing.
539. GỐM CÓ ĐỘ NUNG THẤP: Pottery fired at low temperature (terracotta, earthenware, coarse-grained pottery).
540. GỐM CÓ ĐỘ NUNG TRUNG BÌNH: Fine-grained pottery; pottery fired at medium temperature.
541. GỐM CỔ LOA: Co-Loa tiles: a characteristic decorated white or grey tile found on the ramparts of Co-Loa, the capital after the Hung-Vuong period.
542. GỐM CỨNG (sv. NGẠNH ĐÀO): Hard pottery.
543. GỐM DÀY: Thick-walled pottery.
544. GỐM ĐỎ: Red ware.
545. GỐM MỊN: Fine (as opposed to coarse) pottery.
546. GỐM MỊN XƯƠNG TRẮNG: 'Fine ceramic whiteware', porcelain.
547. GỐM MỘC: 'wooden pottery'; dried pottery. *Same as* GỐM CHƯA NUNG.
548. GỐM PHA CÁT: Sand temper.
549. GỐM SÀNH: Stoneware.
550. GỐM THÔ: Coarse pottery.
551. GỐM TRƯỚC KHI CÓ BÀN XOAY: Hand-made (as opposed to wheel-made) pottery.
552. GỐM VĂN THỪNG: Corded ware.

553. GỐM VẼ MÀU: Painted pottery.
554. GỐM XÁM: Grey ware.
555. GƯƠM: Straight sword; rapier.
556. GƯƠNG ĐỒNG: Bronze mirror.
557. GƯƠNG ĐỒNG CÓ TAY CẦM: Bronze mirror with elongated handle.

H

558. HẠCH ĐÁ: (Stone) nucleus, core.
559. HẠCH ĐÁ HÌNH ĐĨA: 'Nucleus in form of a disc', i.e. stone disc to be hollowed out into a bracelet.
560. HẠCH ĐÁ HÌNH LĂNG TRỤ: Prismatic nucleus.
561. HẠCH ĐÁ HÌNH MU RÙA: 'Tortoise core', i.e. stone tool flaked in the Levalloisian technique.
562. HÀI CỐT: Human skeletal remains. *See also* XƯƠNG CỐT NGƯỜI.
563. HÁI LƯỢM: Gathering.
564. HẦM CHỨA THÓC: Storage pit for paddy.
565. HANG ĐÁ: Cave (site).
566. HANG ĐỘNG: Caves.
567. HANG ĐỘNG ĐÁ VÔI: Limestone caves.
568. HANTÁT (THỜI KỲ): Hallstatt (site in Austria which has given its name to European late Bronze Age and Iron Age periods).
569. HẠT CACBON HÓA: Carbonized seeds. *See also* HẠT HÓA THAN.
570. HẠT CHUỖI BẰNG ĐÁ: Stone beads.
571. HẠT CHUỖI BẰNG ĐẤT NUNG: Ceramic (baked clay) beads.
572. HẠT CHUỖI BẰNG XƯƠNG ỐNG: Beads made from human tibia (found only in Tham-Khuong rock shelter, Lai-Chau).
573. HẠT CHUỖI HÌNH ỐNG: Barrel-shaped bead.
574. HẠT CHUỖI NGỌC: Jade bead.
575. HẠT HÓA THAN: Carbonized seeds. *See also* HẠT CACBON HÓA.
576. HẠT LÚA (DẤU VẾT Ở ĐỒ GỐM): Grain impression on pottery.
577. HẠT PHẤN: Pollen grain.
578. HẠT PHẤN LỚN: Megaspore.
579. HẠT PHẤN NHỎ: Microspore.

GLOSSARY

580. HẠT VẪN THIẾT: Tektite. *Same as* CỤC TECTIT, THIÊN THẠCH.
581. HẬU BĂNG KỲ: Postglacial.
582. HẬU KỲ: Late; upper.
583. HỆ ĐỘNG VẬT: Fauna.
584. HỆ SINH THÁI: Ecosystem.
585. HỆ THỐNG BA THỜI KỲ: Three-Age system, i.e., Stone, Bronze and Iron Ages.
586. HỆ THỐNG BẬC PHẦN TƯ: Quadrant system.
587. HỆ THỐNG NGHI LỄ CỔ: Ancient ritual.
588. HỆ THỰC VẬT: Flora.
589. HIỆN VẬT: Artifact; archæological object.
590. HIỆN VẬT BẰNG ĐẤT NUNG MANG TÍNH CHẤT NGHỆ THUẬT: Small clay tablet with incised decoration, of unknown purpose. Only two specimens found so far, in Bac-Son.
591. HIỆN VẬT ĐÁ: Stone artifact, object.
592. HIỆN VẬT HÌNH CỐC: 'Artifact in form of a glass'; pediform. *See also* CHẠC GỐM.
593. HIỆN VẬT MÀI LƯỠI: Edge-ground artifact.
594. HIỆN VẬT XƯƠNG: Bone artifact.
595. HÌNH THÁI: Type; morphological features.
596. HÌNH THÁI NGƯỜI: Human physiology.
597. HÌNH THÁI SỌ: Cranial morphology.
598. HÌNH THÁI TIẾN HÓA: Evolutionary sequence (of animal or plant).
599. HÌNH THÁI XÃ HỘI: (Type of) society.
600. HÌNH TƯỢNG CÓC: Frog figurine (on bronze kettle drums).
601. HÌNH VẼ VÁCH ĐÁ: Petroglyph.
602. HÌNH XĂM: Tattoos; tattooing.
603. HỌ: Family (taxonomic); association.
604. HỐ ĐẤT MÙN: 'Pit filled with humus', e.g. burial pit containing human bones and grave goods, found in kitchen middens in Nghe-Tinh province.
605. HỌ ĐƯỜI ƯƠI: Pongidæ.
606. HỐ KHAI QUẬT: Trench; cutting.
607. HỌ NGƯỜI: Hominidæ.

608. HỌ PHỤ ĐƯỜI ƯƠI: Ponginæ.
609. HỌ PHỤ NGƯỜI: Hominoidæ.
610. HỘ TÂM PHIẾN: Shield.
611. HỐ THÁM DÒ: Trial trench.
612. HỐ THĂM QUẬT: Trial trench, *as above*.
613. HỌA ĐỒ DÂN TỘC-NGÔN NGỮ HỌC: Ethnic map; ethno-linguistic map.
614. HOA TAI: Ear peg or plug.
615. HOA TAI CÓ BỐN NÚM: Circular stone ear-ring with four protruding motifs, found throughout the Hung Vuong period.
616. HỎA TÁNG: Cremation.
617. HÓA THẠCH: Fossil, fossilized.
618. HÓA THẠCH ĐỘNG VẬT CỔ: Fossilized bones (of animals).
619. HÓA THẠCH NGƯỜI CỔ: Fossilized bones of 'ancient man'.
620. HỌA TIẾT: Motif. *See also* HOA VĂN.
621. HỌA TIẾT ĐỆM: Surface treatment before decoration.
622. HỌA TIẾT RĂNG SÓI: 'Wolf-teeth' decorative motif.
623. HÓA TRANG KỲ THÚ: 'Animal dress': human figures dressed to resemble certain animals (especially birds), appearing as decoration on Dongson bronze drums.
624. HÓA TRANG LÔNG CHIM: Feather head-dress as worn by people depicted on Dongson bronze drums.
625. HOA VĂN: Motif; pattern. *See also* HỌA TIẾT.
626. HOA VĂN BÔNG LÚA: Rice-ear decorative motif.
627. HOA VĂN CHẤM TRÒN CHẤM DÃI: Dotted line pattern, decorative motif. *See also* MÔ TÍP CHUỖI HỘT.
628. HOA VĂN CHỮ S CÓ ĐƯỜNG UỐN QUAY LẠI: S-spiral with regressive volutes; double-spiral decorative motif.
629. HOA VĂN CHỮ S GÃY GÓC: Oblique angular S-pattern or motif; oblique meander.
630. HOA VĂN CHỮ S GÃY GÓC NẰM: Horizontal angular S-pattern or motif, meander. *See also* HOA VĂN HỒI VĂN GÃY GÓC.
631. HOA VĂN CHỮ S NẰM: Horizontal S-pattern or motif.
632. HOA VĂN CHỮ S NGHIÊNG: Oblique S-pattern or motif.

633. HOA VĂN DÁN THÊM: Appliqué (decoration technique).
634. HOA VĂN DẬP (KỸ THUẬT): Cord-marking technique; cord-marks on pottery. Generally thought to result from beating a pot while still soft with a wooden paddle enwrapped in cords.
635. HOA VĂN ĐAN: Mat-impressed decorative motif; mat impression on the base of a vessel.
636. HOA VĂN ĐẮP NỔI: Appliqué.
637. HOA VĂN ĐƯỜNG CHỈ CHÌM: Incised decoration.
638. HOA VĂN HÌNH BỌ GẬY: 'Mosquito-larvæ' decorative motif: a pattern consisting of a row of short, wavy, vertical lines impressed with a shell or stamp, found on pottery from Hoa-Loc and Phu-Loc sites.
639. HOA VĂN HÌNH BÔNG HOA: Decorative motif in 'form of a flower', consisting of a circular or oval impression surrounded by a number of small impressed dots. Found on pottery from Hoa-Loc and Phu-Loc sites.
640. HOA VĂN HÌNH GIỌT NƯỚC: 'Water drop' decorative motif: small drop-shaped impressions found on pottery from Hoa-Loc and Phu-Loc sites.
641. HOA VĂN HÌNH HỌC: Geometric pattern, decorative motif.
642. HOA VĂN HÌNH KỶ HÀ: Geometric pattern, decorative motif, *as above*.
643. HOA VĂN HÌNH MỎ NEO: 'Anchor-shaped' decorative motif.
644. HOA VĂN HÌNH THUYỀN: Boat motif.
645. HOA VĂN HỒI VĂN GÃY GÓC: Meander pattern, decorative motif.
646. HOA VĂN IN DẬP: Cord-marked, cord-impressed decoration.
647. HOA VĂN IN DẤU VẢI: 'Fabric impression' (on pottery). Term mistakenly used for cord-marked pottery.
648. HOA VĂN KHUÔNG NHẠC: Parallel-line decorative motif.
649. HOA VĂN LÀN SÓNG: Wave-like pattern, decorative motif.
650. HOA VĂN LỖ CHỖ: Dotted-line pattern; pricked.
651. HOA VĂN MÂY CUỐN: 'Rolling cloud' decorative motif (on Co-Loa tiles), C-shaped double spiral, usually at the end of projections from a central motif on a circular surface.
652. HOA VĂN NAN CHIẾU: Cord-impressed decoration.
653. HOA VĂN NAN THÚNG: Mat-impressed decoration. *See also* HOA VĂN RỔ RÁ.

654. HOA VĂN NHỮNG ĐƯỜNG SONG SONG: 'Parallel-line' pattern on pottery: a set of (usually) three to five parallel lines in various patterns — straight, wavy, spiral, etc. — characteristic of the Dong-Dau period preceding Dong-Son.

655. HOA VĂN NỔI: Relief decoration; raised design or cordon pattern.

656. HOA VĂN Ô TRÁM: 'Cereal grain' decorative motif consisting of two wavy lines intersecting at regular intervals so as to form a succession of lenticular motifs.

657. HOA VĂN Ô VUÔNG IN: Lozenge pattern or decorative motif.

658. HOA VĂN RỔ RÁ: Mat-impressed decoration. *See also* HOA VĂN NAN THÚNG.

659. HOA VĂN TAM GIÁC GẠCH CHÉO: 'Saw-teeth' pattern or decorative motif.

660. HOA VĂN THỪNG: 'Rope pattern' or rope decorative motif on pottery produced by impressing rope on soft surfaces; *guilloche*.

661. HOA VĂN THỪNG NHUYỄN: Fine cord-marking.

662. HOA VĂN TỔ HỢP: Assemblage, combination, variety of decorative motifs.

663. HOA VĂN TỔ ONG: 'Honeycomb' pattern.

664. HOA VĂN VÒNG TRÒN ĐỒNG TÂM: Concentric-circle decorative motif.

665. HOA VĂN VÒNG TRÒN VÀ TIẾP TUYẾN: Circle-and-tangent pattern.

666. HOA VĂN VÒNG TRÒN XOẮN ỐC: Spiral pattern or decorative motif.

667. HOA VĂN XOẮN ĐƠN GÃY GÓC: Angular-hooked pattern, meander.

668. HOA VĂN XOẮN KÉP HÌNH CHỮ S: Double-spiral decorative motif in S-form.

669. HOA VĂN XOẮN ỐC KÉP: Double spiral pattern.

670. HOÀNG KIM THỜI ĐẠI: Golden Age.

671. HOÀNG THỔ: Loess. *See also* ĐẤT LỚT.

672. HỘI: Association.

673. HỒI VĂN: Continuous spiral or scroll decorative motif.

674. HỖN CHỦNG: 'Racial mixture'; interbreeding; hybridization.

675. HÒN CUỘI CÓ LỖ VŨM: Pebble with circular depressions.

676. HÒN CUỘI CÓ NÉT KHẮC VẼ MẶT NGƯỜI: 'Pebble with human face' design — small elongated stone with incised decoration resembling a human face or figure. Only a few specimens have been found, at Bac-Son. Vague

similarity to the 'Goddess stones' excavated from the Kamikuroiwa cave-site in Ehime prefecture, Japan.

677. HÒN ĐÁ CÓ RÃNH LÕM ĐÔI: Stone artifact with 'Bacsonian marks'. *See also* DẤU 'BẮC SƠN'.
678. HÒN GHÈ: Percussion stone (for flaking of stone tools); hammer-stone.
679. HÒN KE: Polishing stone; grinding stone. *See also* BÀN MÀI.
680. HỢP KIM: Alloy.
681. HỘP SỌ: Brain case.

K

682. KẾ TỤC (VĂN HÓA): Cultural continuity; continuation or persistence of cultural elements.
683. KHẮC CỐT VĂN: Inscriptions on bone; inscribed bone; oracle bone.
684. KHẮC VẠCH (KỸ THUẬT): Incised-decoration technique.
685. KHAI QUẬT: Excavation.
686. KHAI QUẬT CHỌN LỌC: Selective excavation.
687. KHAI QUẬT DIỆN LỚN: Large-scale surface excavation.
688. KHAI QUẬT GIẾNG: Small-scale excavation.
689. KHAI QUẬT HỐ NHỎ: Test excavation, trial excavation.
690. KHAI QUẬT KHẢO CỔ: Archæological excavation.
691. KHAI QUẬT RÃNH: Trench excavation.
692. KHAI QUẬT TẦNG: Layered excavation.
693. KHAI QUẬT THEO HÌNH Ô LƯỚI: Grid excavation.
694. KHÁNH: Sounding stone.
695. KHẢO CỔ HỌC: Archæology.
696. KHẢO CỔ HỌC (TIỀN SỬ): Prehistoric archæology.
697. KHAY GỐM: Ceramic tray.
698. KHAY GỐM CÓ BA CHÂN: Ceramic tray on three small legs.
699. KHÈN: *Khène*: flute-like musical instrument made of bamboo or reed tubes.
700. KHỈ: Monkey, *Macacus nemestrinius*.
701. KHỈ ĐEN: Chimpanzee.
702. KHỈ ĐỘT: Gorilla.
703. KHỈ ĐƯỜI ƯƠI: Pongid.

704. KHO MŨI TÊN ĐỒNG: Cache of bronze arrowheads (as found in Co-Loa).
705. KHÓA THẮT LƯNG ĐỒNG: Bronze belt-hook or buckle.
706. KHOA TIỀN CỔ: Numismatics
707. KHOAN TÁCH LÕI: Technique of sawing stone bracelets.
708. KHỐI DI VẬT: Assemblage of finds.
709. KHỚP NỐI (SỌ): Suture: seam-like articulation of skull bones.
710. KHU DI CHỈ: Archæological site.
711. KHU MỘ CỔ: Sepulchre; burial vault.
712. KHU MỘ ĐỊA: Burial ground; necropolis.
713. KHU PHÁT SINH LOÀI NGƯỜI: Original human habitat.
714. KHU VỰC VĂN HÓA: Culture area (area in which similar objects are found).
715. KHUNG CỬI: Loom.
716. KHUÔN ĐÚC: Mould.
717. KHUÔN ĐÚC CÓ NHIỀU MẢNH: Composite mould (mould in several pieces).
718. KHUÔN ĐÚC ĐỒNG: Mould for bronze casting.
719. KHUÔN ĐÚC RÌU ĐỒNG: Mould for casting bronze axes.
720. KHUÔN RUỘT (ĐÚC TRỐNG): Core for casting bronze drums, i.e. inner part of a mould.
721. KHUYÊN TAI: Crescent-shaped ornament, usually in metal.
722. KHUYẾT SỬ: Protohistory.
723. KIẾM: Sharp-pointed thrusting sword (rapier, *épée*). See also GƯƠM.
724. KIẾN TRÚC MỘ: Lay-out, construction of a tomb.
725. KIỂU CHỦNG TỘC: Racial type, ethnic type.
726. KIỂU CƯ DÂN ĐÁNH CÁ: Prototype of fishing economy, society.
727. KIỂU CƯ DÂN GẶT HÁI: Prototype of agricultural economy, society.
728. KIỂU CƯ DÂN HÁI LƯỢM: Prototype of gathering economy, society.
729. KIỂU CƯ DÂN SĂN BẮN: Prototype of hunting economy, society.
730. KIỂU DÁNG: Type.
731. KIỂU ĐẦU DÀI: Dolichocephalic type.
732. KIỂU SINH THÁI: Ecotype.
733. KIỂU THỂ DÀI: Dolichomorph.

GLOSSARY

734. KIỂU THỂ TRUNG BÌNH: Mesomorph.
735. KIỂU THỨC SÔNG HOÀI: Huai (River) style.
736. KIỂU TRANG TRÍ: Decorative motif; pattern.
737. KIM CÓ LỖ: Needle (with eye).
738. KIM GÀI: Fibula.
739. KIM XƯƠNG: Bone needle.
740. KINH TẾ CHIẾM HỮU SẢN PHẨM SẴN CÓ: Food-gathering economy.
741. KINH TẾ HÁI LƯỢM: Gathering economy.
742. KINH TẾ RUỘNG NƯỚC: 'Wet-rice' economy.
743. KINH TẾ RUỘNG RẪY: 'Dry-rice' economy; slash-and-burn economy.
744. KINH TẾ SĂN BẮN HÁI LƯỢM: Hunting-and-gathering economy.
745. KINH TẾ SẢN XUẤT: Food-producing economy.
746. KINH TẾ THU LƯỢM: Acquisition economy.
747. KỶ ĐỆ TỨ: Quaternary.
748. KỸ NGHỆ ĐỒ ĐÁ: Stone industry; assemblage of stone tools of a type with common characteristics.
749. KỸ NGHỆ ĐỒ XƯƠNG: Bone industry.
750. KỶ NGUYÊN: Era.
751. KỶ THỨ BA: Tertiary.
752. KỶ THỨ HAI: Secondary.
753. KỶ THỨ NHẤT: Primary.
754. KỶ THỨ TƯ: Quaternary.
755. KỸ THUẬT CHẾ TÁC: Fabrication or manufacturing techniqe.
756. KỸ THUẬT CHẾ TÁC ĐỒ ĐÁ: Technique of manufacturing stone implements by ...
757. KỸ THUẬT CHẾ TÁC ĐỒ ĐÁ CƯA: Sawing technique used in manufacturing stone implements.
758. KỸ THUẬT CHẾ TÁC ĐỒ ĐÁ KHOAN: Drilling technique used in manufacturing stone implements.
759. KỸ THUẬT CHẾ TÁC ĐỒ ĐÁ MÀI: Polishing technique used in the manufacture of stone implements.
760. KỸ THUẬT CHẾ TÁC ĐỒ ĐÁ TIỆN: Turning technique used in the manufacture of stone implements.

761. KỸ THUẬT CUÔN DÀI: Coiling technique for pottery. *See also* ĐỒ GỐM CUỘN.
762. KỸ THUẬT ĐẼO: Technique of flaking stone implements by ...
763. KỸ THUẬT ĐẼO BẰNG CÁCH ĐẬP BẺ GẪY HÒN CUỘI: The simplest technique for producing pebble tools, by breaking the pebble in two and roughly flaking the resultant cutting edge. *See also* VĂN HÓA SƠN VI.
764. KỸ THUẬT ĐẼO BẰNG CÁCH NÉN ÉP: Technique of flaking stone implements by pressure; pressure flaking.
765. KỸ THUẬT ĐẼO BẰNG HÒN GHÈ: Hammer-stone technique for flaking stone tools.
766. KỸ THUẬT LÀM KHUÔN BẰNG SÁP: Lost wax (*cire perdue*) method of bronze casting.
767. KỸ THUẬT THÁP: Technique of building up pottery.
768. KỸ THUẬT TRẮC ĐỊNH NIÊN ĐẠI: Chronometric dating techniques; absolute (as opposed to relative) dating.
769. KỸ THUẬT TU CHỈNH ÉP: Pressure-flaking; technique of secondary pressure-flaking or retouching.
770. KỸ THUẬT XOA NHẴN MẶT GỐM: Burnishing technique in the manufacture of pottery.
771. KỸ THUẬT XOÁY TRÔN ỐC: Spiralling technique (in pottery manufacture).

L

772. LÁ CHẮN: Shield. *See also* MẢNH GIÁP CHE NGỰC.
773. LAI TẠP CHỦNG TỘC: Of mixed race; interbreeding.
774. LAO ĐỘNG (CỘNG CỤ): Working tool or implement.
775. LAO MÓC, LAO (MŨI): Harpoon.
776. LẤY MẪU: Sampling.
777. LỄ NGHI MAI TÁNG: Burial rites. *See also* PHONG TỤC MAI TÁNG.
778. LỄ TÁNG: Funerary rite.
779. LỊCH SỬ DÂN TỘC HỌC: Ethnohistory.
780. LỊCH SỬ DÂN TỘC NGƯỜI: History of ethnic groups.
781. LỊCH SỬ KHẢO CỔ: History of archæology.

GLOSSARY

782. LIỀM ĐỒNG: Bronze sickle.
783. LINH TRƯỞNG: Primate.
784. LINH TRƯỞNG HỌC: Primatology.
785. LỖ CỘT: Post-hole.
786. LÒ ĐÚC ĐỒNG: Furnace; foundry.
787. LÒ NUNG GỐM: Pottery kiln.
788. LOẠI: Species: taxonomic group subordinate in classification to Genus and having members differing in minor detail only. Within the species are sub-species.
789. LOÀI CÓ VÚ: Mammal.
790. LOÀI CÓ VÚ HÓA THẠCH: Fossilized mammal.
791. LOẠI HÌNH (PHÂN TÍCH): Typological analysis.
792. LOẠI HÌNH CÔNG CỤ: Type of implement; typology.
793. LOẠI HÌNH TIỀN THÂN: Prototype.
794. LOẠI ÔXTRALI: Australoid.
795. LOẠI ÔXTRALI-NÊGRÔ: Australo-negroid.
796. LÕI ĐÁ: Stone core.
797. LÕI ĐÁ 'HÌNH MU RÙA': 'Tortoise core'; 'Levalloisian core'.
798. LÕI VÒNG: Discoid core, i.e. stone disc left over from the manufacture of stone bracelets.
799. LỚP: Class (taxonomic).
800. LỚP ĐẤT CANH TÁC: Fertile soil; cultivated soil (i.e. disturbed top layer).
801. LỚP ĐẤT CHỨA BÀO TỬ PHẤN HOA: Pollen-bearing layer.
802. LỚP ĐẤT CHƯA BỊ XÁO TRỘN: Undisturbed soil.
803. LỚP ĐẤT GIỮA: Sterile layer (i.e. devoid of artifacts).
804. LỚP ĐẤT MẶT: Top soil.
805. LỚP ĐẤT TRỒNG: Layer of cultivation (i.e. disturbed top layer).
806. LỚP ĐẤT VĂN HÓA: Culture layer.
807. LỚP PATIN: Patina. *See also* RÊU ĐÁ and MEN ĐÁ.
808. LỚP TRÊN: Top layer, superstratum.
809. LŨ: Deluge; diluvium.
810. LƯ HƯƠNG: Incense burner.

811. LÚA: Rice grain.
812. LÚA HOA VĂN HÌNH: Grain impressions on pottery.
813. LỤC LẠC ĐỒNG: Bronze 'rattle', i.e. small bell.
814. LƯỠI CÂU BẰNG ĐÁ: Stone fish-hook.
815. LƯỠI CÂU BẰNG ĐỒNG: Bronze fish-hook.
816. LƯỠI CÀY ĐỒNG HÌNH BẦU DỤC: 'Oval', almost heart-shaped, bronze object (presumably ploughshare) — Vinh-Quang type of this implement as opposed to the 'butterfly-wing'-shaped ploughshare found in Thieu-Duong.
817. LƯỠI CUỐC: Hoe.
818. LƯỠI GIÁO SẮT: Iron spearhead.
819. LƯỠI HÁI: Sickle.
820. LƯỠI HÁI BẰNG ĐỒNG: Bronze sickle.
821. LƯỠI MAI: Spade.
822. LƯỠI MÀI VÁT HAI BÊN: Bifacially flaked.
823. LƯỠI MÀI VÁT MỘT BÊN: Unifacially flaked.
824. LƯỠI TẦM SÉT: 'Thunderbolt', i.e. prehistoric axe or adze.
825. LƯỠI THUỔNG: Shovel.
826. LƯỠI RÌU: Axe.
827. LƯỠI RÌU CÓ VAI HÌNH VÒNG CUNG VỚI MỘT ĐƯỜNG VÁT: Shouldered stone axe (adze) with bevelled, rounded cutting edge found in Bien-Hoa.
828. LƯỜNG DI CƯ: Migration wave, current.
829. LƯỜNG HÀ: Mesopotamia.
830. LUYỆN KIM: Metallurgy.

M

831. MÃ HOA: Symbolize; symbolization.
832. MÁC: Chinese halberd.
833. MÀI: To polish; polished; ground (*adj.*).
834. MÀI (GỐM): To burnish; burnished.
835. MÁI ĐÁ: Rock shelter; *abri* site.
836. MÀI PHÁC: Crudely finished.
837. MAI TÁNG: Inhumation, burial. See also CHÔN CẤT.

GLOSSARY

838. MÀI TRAU: Finishing; to give a finish (to a stone tool).
839. MÀI VÁT: Flaked; flaking.
840. MÀI VÁT HAI BÊN: Bifacially flaked.
841. MÀI VÁT MỘT BÊN: Unifacially flaked.
842. MẢNH ĐÁ: Stone flake
843. MẢNH DA CÓ SƠN: Painted leather as found in a Han tomb.
844. MẢNH DAO ĐÁ: Stone harvesting knife.
845. MẢNH ĐỒNG: Bronze waste.
846. MẢNH GIÁP CHE NGỰC: Shield. *See also* LÁ CHẮN.
847. MẢNH GỖ VỤN: Wooden remains.
848. MẢNH GỐM: Potsherd.
849. MẢNH PHIẾN THẠCH CÓ RÃNH LÕM ĐÔI: 'Bacsonian marks', see DẤU BẮC SƠN.
850. MẢNH TÁCH: Stone waste flake.
851. MẢNH TƯỚC: Flake; flake tool.
852. MẢNH TƯỚC CƠLĂCTÔN: Clactonian flake.
853. MẢNH VỠ: Stone chip.
854. MẢNH VÒNG: Fragment of a ring or bracelet.
855. MẢNH XƯƠNG: Bone fragment.
856. MẢNH XƯƠNG CHÁY: Charred bone.
857. MẶT CẮT: Profile, section (of stratigraphical layers).
858. MẶT CUỘI TỰ NHIÊN: Cortex, i.e. natural (as opposed to flaked) surface of a pebble tool.
859. MẠT KỲ: Late (*adj.*). Also VĂN KỲ.
860. MẶT TÁCH GIỐNG VỎ SÒ ỐC: Bulb of percussion.
861. MẶT TRỐNG: Tympanum of bronze drum.
862. MÂU: Chinese socketed spearhead (from second half of Yin dynasty).
863. MẪU TRO THAN: Charcoal.
864. (GIÁM ĐỊNH) MẪU TRO THAN: 'Dating by charcoal', i.e. radio-carbon dating.
865. MÁY ĐO TỪ TÍNH: Bleeper, magnetometer used as survey instrument.
866. MEN ĐÁ: Patina. Also RÊU ĐÁ.
867. MEN GỐM: Glaze.

868. MÉP: Flange.
869. MIẾU: Temple.
870. MINH KHÍ: Small replicas of objects, used as grave goods.
871. MỘ (HÈ ĐÁ CHUNG QUANH): Gravel bed, filling, ballast (for coffin or sarcophagus).
872. MỘ BẢN ĐỊA: Indigenous, local tomb.
873. MỘ CẢI TÁNG: Secondary burial.
874. MỘ CHÔN CHUNG NHIỀU NGƯỜI: Joint burial; collective burial.
875. MỘ CHÔN ĐÔI: Double burial; joint burial; twin tombs. *See also* MỘ TÁNG CẶP ĐÔI.
876. MỘ CỔ: Sepulchre.
877. MỘ CỔ LỚN: Necropolis; burial site.
878. MỘ ĐÁ: Dolmen.
879. MỘ ĐẤT BẢN ĐỊA: Indigenous tomb (as opposed to Chinese brick tomb).
880. MỘ ĐÔNG SƠN: Dongson tomb.
881. MỘ GẠCH CỔ: Literally 'ancient brick tomb': popular name for MỘ HÁN (q.v.).
882. MỘ GẠCH CUỐN: Vaulted brick tomb (Chinese).
883. MỘ GẠCH CUỐN CÓ NHIỀU PHÒNG: 'Vaulted brick tomb with many compartments': Han tomb with several compartments additional to the main burial chamber.
884. MỘ HÁN: Chinese tomb of the Han period.
885. MÔ HÌNH (MINH KHÍ): Clay models of farmhouses found as grave goods in Han tombs.
886. MỘ HỢP CHẤT: 'Mixed material grave': burial designed for conservation, consisting of a wooden coffin inserted in a sarcophagus made of a mortar-like mixture of sand, limestone and honey, with bricks on top.
887. MỘ HUYỆT: Hypogeum: underground chamber usually for burial.
888. MÔ TẢ NHÂN CHỨNG: Anthroposcopy, visual examination of physical traits that cannot be measured exactly.
889. MỘ TÁNG: Burial; tomb; grave.
890. MỘ TÁNG CẶP ĐÔI: Twin tombs. *See also* MỘ CHÔN ĐÔI.
891. MỘ THÁP: Mausoleum.
892. MÔ TÍP: Motif. *See also* HOẠ TIẾT, HOA VĂN.

GLOSSARY

893. MÔ TÍP CHUỖI HỘT: 'Necklace bead motif'. *Same as* HOA VĂN CHẤM TRÒN CHẤM DÃI.
894. MỘ VÒ ÚP (sv. ỨNG QUAN TÁNG): 'Joint-jar burial', i.e. jar burial consisting of two vessels fitted together, mouth to mouth, the smaller one serving as a cover.
895. MỘ XÂY: Tombs; grave; burial.
896. MÔI TRƯỜNG SỐNG: Habitat.
897. MÔN KHƠ-ME: Mon-Khmer (language).
898. MÔNG MUỘI: Savage.
899. MỰC LẤP: Occupational levels.
900. MŨI CÓ CHUÔI: Tanged point.
901. MŨI GIÁO: Spearhead.
902. MŨI GIÁO BA CẠNH: Triple-winged spearhead.
903. MŨI GIÁO ĐUÔI TRÒN GIỮA LÕM: Spearhead with hollow base.
904. MŨI GIÁO HAI CẠNH: Double-winged spearhead.
905. MŨI GIÁO HÌNH LÁ: Leaf-shaped spearhead.
906. MŨI GIÁO HÌNH TAM GIÁC: Triangular spearhead.
907. MŨI GIÁO XÔLUYTRÊ: Solutrean point; leaf-shaped point.
908. MŨI KHẮC: Burin.
909. MŨI LAO: Javelin; spear point or head.
910. MŨI LAO ĐỒNG: Bronze spearhead.
911. MŨI LAO XƯƠNG: Bone harpoon.
912. MŨI NHỌN: Point.
913. MŨI TÊN: Arrowhead.
914. MŨI TÊN BA CẠNH: Three-winged (bronze) arrowhead typical of Co-Loa.
915. MŨI TÊN ĐỒNG: Bronze arrowhead.
916. MŨI TÊN XƯƠNG: Bone arrowhead.
917. MUÔI ĐỒNG: Bronze dipper.
918. MUỘN NHẤT: Lower limit; *terminus post quem*: the factor providing the lowest limit for an archaeological date. *See also* GIỚI HẠN DƯỚI.
919. MUỖNG GỐM: Ceramic spoon.

N

920. NÁ: Cross-bow, arbalest. *See also* NỎ.
921. NẬM RƯỢU: Liquor flask.
922. NẠO: Scraper.
923. NẠO (CÔNG CỤ - GỌT): Skinning-'knife'.
924. NẠO BẰNG VỎ ỐC TRAI: Side scraper, usually made of fresh-water shell.
925. NẠO HÌNH ĐĨA CÓ LƯỠI CHUNG QUANH: 'Discoidal implement with cutting edge all around': scraper-like implement of unknown purpose found in Hoa-Binh.
926. NẠO MÓC ĐỒNG: Socketed bronze implement of unknown purpose, somewhat resembling a narrow spade or blade (only three found so far).
927. NẤU ĂN BẰNG ĐÁ: 'Cooking with stone', i.e. cooking with the help of heated stones which are put in a receptacle or a pit.
928. NẾP: Glutinous rice.
929. NÉT VĂN HÓA: Cultural process; spread of culture trait.
930. NGÀ MAMÚT: Mammoth tusks.
931. NGÀNH: Phylum, the topmost taxonomic classification, above the following (in hierarchical order): LỚP (Class); BỘ (Order); HỌ (Family); GIỐNG (Genus); LOẠI (Species).
932. NGẠNH (LAO): Barb (of a harpoon).
933. NGẠNH ĐÀO: Hard pottery. *Same as* GỐM CỨNG.
934. NGHẾN BÙN, NGHẾN PHÙ SA: Silting.
935. NGHI LỄ PHỒN THỰC: Fertility rites.
936. NGHĨA ĐỊA, NGHĨA TRANG: Burial ground, cemetery.
937. NGÔI SAO (-) CÁNH: ...-pointed star.
938. NGƯỜI: Hominid; Hominidæ, i.e. the taxonomic group (family) which includes the genus Homo.
939. NGƯỜI AT-TƠ-LAN-TƠ-RÔ-PƠT-XƠ: Atlanthropus.
940. NGƯỜI BẢN ĐỊA: Autochthons.
941. NGƯỜI BẢN XỨ: Aboriginal.
942. NGƯỜI CỔ ĐÒ-SƠN: Eoanthropus dawsoni.

GLOSSARY

943. NGƯỜI CỔ HAI-ĐƠN-BƠT-NƠ: Homo heidelbergensis. *See also* NGƯỜI HÂNĐENBEC.
944. NGƯỜI CƠ-RÔ-MA-NHƠ-ÔNG, CRÔMANHÔNG: Cro-Magnon Man.
945. NGƯỜI ĐỨNG THẲNG MÔ-RI-TA-NƠ-ƠT-XƠ Atlanthropus mauritanicus.
946. NGƯỜI GIA-VA-TƠ-RÔ-PƠT-XƠ Javanthropus (soloensis).
947. NGƯỜI HÂYĐENBEC: Heidelberg Man. *See also* NGƯỜI CỔ HAI-ĐƠN-BƠT-NƠ.
948. NGƯỜI 'HIỆN ĐẠI': 'Modern man'; H. sapiens.
949. NGƯỜI HÓA THẠCH: Fossil hominids.
950. NGƯỜI HÔMÔSAPIÊN: Homo sapiens. *See also* NGƯỜI KHÔN.
951. NGƯỜI KHAI QUẬT: Excavator.
952. NGƯỜI KHÉO LÉO: 'Skilled man', common name for Homo habilis. *See also* NGƯỜI VIỄN CỔ.
953. NGƯỜI KHÔN (NGOAN): Homo sapiens (sapiens).
954. NGƯỜI KIỂU HIỆN ĐẠI: Modern man. *See also* NGƯỜI 'HIỆN ĐẠI'.
955. NGƯỜI LOẠI HÌNH MỚI: Neoanthropian. *See also* NGƯỜI NÊOANTRÔP.
956. NGƯỜI MÊ-GAN-TƠ-RÔ-PƠT-XƠ: Meganthropus.
957. NGƯỜI NÊANĐECTAN: Neanderthal Man; Neanderthalian.
958. NGƯỜI NÊ-AN-ĐƠT-TAN: Neanderthal Man, Homo neanderthalensis. *As above*
959. NGƯỜI NÊOANTRÔP: Neoanthropian. *See also* NGƯỜI LOẠI HÌNH MỚI.
960. NGƯỜI NGHIÊN CỨU TIỀN CỔ: Numismatist.
961. NGƯỜI NGUYÊN THỦY: Primitives.
962. NGƯỜI Ô-RI-NHA-XI-AN: Aurignacian man.
963. NGƯỜI SĂN BẮN HÁI LƯỢM: Hunter-gatherer.
964. NGƯỜI THÁI CỔ: Palæoanthropian.
965. NGƯỜI THỜI TRUNG KỲ CANH TÂN: Middle Pleistocene hominid. *See also* NGƯỜI ĐỨNG THẲNG...
966. NGƯỜI VIỄN CỔ: Homo habilis. *See also* NGƯỜI KHÉO LÉO.
967. NGƯỜI VƯỢN: Ape-man, man-ape.
968. NGƯỜI VƯỢN BẮC KINH: Peking Man; Sinanthropus pekinensis.

969. NGƯỜI VƯỢN CỔ GIA-VA KHỔNG LỒ: Meganthropus palæojavanicus.
970. NGƯỜI VƯỢN ĐI THẲNG: 'Erect walking Man-ape', Ape-man, Homo erectus (formerly Pithecanthropus).
971. NGƯỜI VƯỢN ĐI THẲNG ĐÁNG NGỜ: Pithecanthropus dubius.
972. NGƯỜI VƯỢN ĐỨNG THẲNG: Homo erectus (formerly Pithecanthropus).
973. NGƯỜI VƯỢN ĐỨNG THẲNG MÔ-GIÔ-CƠT-TÔ: Homo erectus modjokertensis (formerly Pithecanthropus modjokertensis).
974. NGƯỜI VƯỢN GIA-VA: Java Man (Homo erectus, formerly Pithecanthropus).
975. NGƯỜI VƯỢN GIA-VA Ở SÔLÔ: Javanthropus soloensis.
976. NGƯỜI VƯỢN LAM ĐIỀN: Sinanthropus lantianensis.
977. NGƯỜI VƯỢN LỰC LƯỠNG: Homo erectus robustus (formerly Pithecanthropus robustus).
978. NGƯỜI VƯỢN THÁI CỔ: Archanthropus.
979. NGƯỜI VƯỢN XI-NAN-TRÔ-PỚT-XƠ: Sinanthropus. *Also called* NGƯỜI VƯỢN TRUNG QUỐC (BẮC KINH).
980. NGUỒN GỐC CHỦNG TỘC: Ethnogenesis.
981. NGUỒN GỐC LOÀI NGƯỜI: Anthropogenesis.
982. NGUYÊN HÌNH: Prototype.
983. NGUYÊN THẠCH KHÍ: Natural (as opposed to man-made) stone implement. *See also* THỰ THẠCH.
984. NHÀ KHẢO CỔ HỌC: Archæologist.
985. NHÀ LINH TRƯỞNG HỌC: Primatologist.
986. NHÀ MÁI CONG: House with curved roof (Dongson style).
987. NHÀ NGHIÊN CỨU ĐỘNG VẬT THÂN MỀM: Conchologist.
988. NHÀ NHÂN LOẠI HỌC: Anthropologist.
989. NHÀ SÀN: Pile-dwelling.
990. NHÀ SÀN ĐÔNG SƠN: Dongson pile-dwelling.
991. NHÀ THƯƠNG: Shang Dynasty.
992. NHẠC ĐỒNG: Bronze clapper (possibly for hanging around the necks of domesticated animals).
993. NHẠC KHÍ: Calling or summonsing instrument (drum, bell, etc.).
994. NHÂN CHỦNG CHÍ: Ethnography.

995. NHÂN CHỦNG HỌC: Ethnology.
996. NHÂN HÓA: Hominization, evolution towards Man.
997. NHÂN HỌC: Anthropology.
998. NHÂN HỌC HÌNH THÁI: Physical anthropology.
999. NHÂN TRẮC HỌC: Anthropometry.
1000. NHÁNH TIẾN HÓA: Evolutionary spread, trend.
1001. NHIỆT HÙYNH QUANG: Thermoluminescence dating method (applicable to pottery, bricks and other objects made of baked clay).
1002. NHÍM: Porcupine (*Hystrix subcristata*).
1003. NHÓM KIỂU CHỦNG TỘC INĐONÊXIA: 'Indonesian' ethnic type.
1004. NHÓM KIỂU CHỦNG TỘC NAM Á: Austro-Asiatic ethnic type.
1005. NHÓM KIỂU CHỦNG TỘC PÔLINÊXIA: Polynesian ethnic type.
1006. NHÓM MÁU: Blood group.
1007. NHUYỄN ĐÀO: Brittle pottery (sv.). *Same as* GỐM BỞ.
1008. NHUYỄN THỂ: Molluscs, Mollusca: group of invertebrates which have a shell secreted by the mantle. They are divided into a number of classes such as Amphineura (Placophora), Gastropoda, Lamellibranchiata, etc.
1009. NHUYỄN THỂ HỌC: Malacology, science of molluscs.
1010. NIÊN BIỂU: Chronology.
1011. NIÊN BIỂU SỬ CỔ, NIÊN BIỂU KHẢO CỔ HỌC: Historical time, archæological time: dates arrived at by historical or archæological means respectively.
1012. NIÊN ĐẠI: Dating; ĐẶT NIÊN ĐẠI CHÉO: Cross-dating.
1013. NIÊN ĐẠI (PHƯƠNG PHÁP XÁC ĐỊNH): Dating method or technique.
1014. NIÊN ĐẠI HỌC: Chronology; study, science of dating.
1015. NIÊN ĐẠI HỌC ĐỊA TẦNG: Geochronology.
1016. NIÊN ĐẠI TƯƠNG ĐỐI: Relative date or dating.
1017. NIÊN ĐẠI TUYỆT ĐỐI: Absolute date or dating.
1018. NIÊN ĐIỂM CỤ THỂ: Exact date.
1019. NIÊN ĐIỂM PHỎNG CHỪNG: Approximate date or dating.
1020. NỎ: Bow, arbalest; crossbow. *See also* NÁ.
1021. NỒI: (Ceramic) vessel.
1022. NỒI CÓ NẮP: Lidded vessel.

1023. NỘI DUNG KHẢO CỔ HỌC: Archæological 'content' or component, the manifestation of a given archæological focus at a specific site. Sometimes used to designate the sum of finds of a particular culture or phase, in which case it is the same as assemblage.
1024. NỒI ĐỒNG BA CHÂN: Three-legged decorated bronze vessel (of Chinese origin).
1025. NỒI GỐM BA CHÂN: Cylindrical clay vessel with three small legs, found in Lach-Truong.
1026. NƠI TỤ CƯ: Habitation site.
1027. NÔNG CỤ: Agricultural implements.
1028. NÔNG NGHIỆP DÙNG CÀY: Plough cultivation, agriculture.
1029. NÔNG NGHIỆP DÙNG CUỐC: Hoe cultivation, agriculture.
1030. NÔNG NGHIỆP DÙNG GẬY: Digging-stick cultivation, agriculture.
1031. NÔNG NGHIỆP ĐỐT RẪY: Slash-and-burn agriculture.
1032. NÔNG NGHIỆP LÀM RẪY: Highland, mountain agriculture. *See also* NÔNG NGHIỆP NƯƠNG RẪY.
1033. NÔNG NGHIỆP LÀM RUỘNG: Agriculture.
1034. NÔNG NGHIỆP LÀM VƯỜN: Horticulture.
1035. NÔNG NGHIỆP NƯƠNG RẪY: Highland, mountain agriculture. *See also* NÔNG NGHIỆP LÀM RẪY.
1036. NÔNG NGHIỆP RUỘNG LẦY: Swamp agriculture.
1037. NÔNG NGHIỆP RUỘNG TƯỚI: Irrigation agriculture.
1038. NÔNG NGHIỆP TRỒNG LÚA: Rice agriculture, riziculture.
1039. NỬA DU MỤC: Semi-nomad, partially nomad.
1040. NỬA KHỈ: Half-simian.
1041. NUNG (GỐM): Firing (of pottery).

O

1042. ỐC XÍT HÓA: Oxidization.
1043. ỐNG BỊT ĐẦU CÁN GIÁO BẰNG ĐỒNG: Cylindrical bronze covering on end of spear shaft, as found in Viet-Khe site.
1044. ỐNG ĐỒNG: Blowpipe.
1045. ỐNG TÊN: Quiver.

1046. ÔPXIĐIAN: Obsidian.

P

1047. PATIN (LỚP): Patina. *Same as* MEN ĐÁ.
1048. PHẢ HỆ: Genealogical.
1049. PHÁC ĐẼO: Primary flaking.
1050. PHÁC VẬT RÌU: Unfinished stone axe or adze, i.e. flaked 'rough-out' before being polished. *Also* BÁN THÀNH PHẨM.
1051. PHÂN BIỆT CHỦNG LOẠI: Classification; classificatory scheme; taxonomic categories.
1052. PHÂN BIỆT CHỦNG LOẠI BỘ: Order
1053. PHÂN BIỆT CHỦNG LOẠI ĐƠN VỊ: Classificatory unit or taxon.
1054. PHÂN BIỆT CHỦNG LOẠI TỘC: Family (sv.); only used for humans.
1055. PHÂN BỐ: Distribution.
1056. PHÂN BỘ LẠC: Sub-tribe.
1057. PHÂN CHI TỘC NGƯỜI: Ethnic subdivision.
1058. PHÂN CHỦNG: Sub-race.
1059. PHÂN CƯ: Population distribution. *See also* THIÊN DI.
1060. PHÂN ĐỊNH THỜI ĐẠI: Periodization. *See also* PHÂN KỲ.
1061. PHẤN HOA: Pollen; spores.
1062. PHẤN HOA HỌC: Palynology.
1063. PHÂN KỲ: Periodization. *See also* PHÂN ĐỊNH THỜI ĐẠI.
1064. PHÂN KỲ KHẢO CỔ: Archæological periodization.
1065. PHÂN LOẠI CHỨC NĂNG: Functional classification.
1066. PHÂN LOẠI PHẢ HỆ: Genealogical classification.
1067. PHÂN TÍCH BÀO TỬ PHẤN HOA: Pollen analysis.
1068. PHÂN TÍCH MẪU ĐẤT: Soil analysis.
1069. PHÂN TÍCH QUANG PHỔ: Spectrographic analysis.
1070. PHÂN TÍCH THẠCH HỌC: Petrological analysis.
1071. PHÁT HIỆN: Discovery; discovered, excavated, unearthed.
1072. PHÁT HIỆN NGẪU NHIÊN: Chance find; surface find.
1073. PHÁT TRIỂN ĐỘT BIẾN: Sudden appearance.

1074. PHÁT TRIỂN TIỆM TIẾN: Evolution; evolutionary.

1075. PHẾ LIỆU: Reject; waste; chips; discarded artifacts. *Also called* PHẾ PHẨM PHẾ VẬT.

1076. PHẾ TÍCH: Ruins.

1077. PHIẾN TƯỚC: Blade.

1078. PHIẾN TƯỚC HÌNH DAO: Knife blade.

1079. PHIẾN TƯỚC HÌNH DAO GĂM: Dagger blade.

1080. PHIẾN TƯỚC LÔVALOA: Levalloisian blade.

1081. PHIẾN TƯỚC RĂNG CƯA: Serrated blade.

1082. PHỔ HỆ NGƯỜI: Human genealogy.

1083. PHỔ HỆ NIÊN ĐẠI: Chronological chart, table.

1084. PHÔI GỐM: Clay paste, i.e. clay prepared for making pottery.

1085. PHƠI GỐM: Drying of pottery.

1086. PHONG CÁCH: Style.

1087. PHONG TỤC MAI TÁNG: Burial customs. *See also* LỄ NGHI MAI TÁNG.

1088. PHỤC CHẾ: Restore; restoration.

1089. PHỨC HỢP KỸ THUẬT: Techno-complex, a functional combination of elements of material culture.

1090. PHƯỜNG: Association.

1091. PHƯƠNG PHÁP ĐỊA TẦNG HỌC: Stratigraphy, dating technique based on stratigraphical evidence.

1092. PHƯƠNG PHÁP ĐIỀN DÃ (KHẢO CỔ HỌC): Field archaeology.

1093. PHƯƠNG PHÁP RẠCH (TRANG TRÍ HOA VĂN): Incising technique (decorative technique).

1094. PHƯƠNG PHÁP XÁC ĐỊNH NIÊN ĐẠI BẰNG ĐỘ NHIỄM XẠ: Fission-track dating method. Applicable only to glass, crystallized rocks or minerals, but can be used for dates ranging up to about 1,000 million years.

1095. PHƯƠNG PHÁP XÁC ĐỊNH NIÊN ĐẠI BẰNG ĐỘ PHƠ-LU-Ơ-RIN-NƠ Fluorine test, a method of dating skeletal material by measuring the amount of fluorine which has with time replaced the calcium in the bones.

1096. PHƯƠNG PHÁP XÁC ĐỊNH NIÊN ĐẠI BẰNG ĐỘ PHÓNG XẠ: Radiometric assay, a method of determining the quantity of uranium in a bone by measuring its radio-activity. Used for dating.

GLOSSARY

1097. PHƯƠNG PHÁP XÁC ĐỊNH NIÊN ĐẠI BẰNG ĐỘ PÔ-TAT-XƠ (CA-LI-UM)-A-GÔNG: Potassium-Argon or Kalium-Argon method of dating rocks, based on the ratio of Potassium to Argon.

1098. PHƯƠNG PHÁP XÁC ĐỊNH NIÊN ĐẠI BẰNG VÒNG LÕI CÂY: Dendrochronology: a dating method based on the annual growth rings of trees (limited to areas with sufficient climatic variation). It is also used for relative dating between sites or structures, and for checking the validity of radiocarbon dating.

1099. PHƯƠNG THỨC SẢN XUẤT CHÂU Á: 'Asiatic mode of production'.

1100. PI-TÊ-CAN-TƠ-RÔ-PỚT-XƠ: Pithecanthropus. *See also* NGƯỜI VƯỢN ĐI THẲNG.

1101. PƠ-LÂY-TÔ-XEN: Pleistocene. *See also* THỜI CANH TÂN.

Q

1102. QUA (sv.): *Ko* halberd (Chinese halberd, dagger-axe).

1103. QUÁ ĐỘ (THỜI KỲ): Transitional period.

1104. QUÁ TRÌNH BIẾN THÀNH NGƯỜI: Anthropogenesis, the evolution of man.

1105. QUÁ TRÌNH TIẾN HÓA TỘC NGƯỜI: Evolutionary process; evolution.

1106. QUÁ TRÌNH VĂN HÓA: Cultural process.

1107. QUÁ TRÌNH VƯỢN BIẾN THÀNH NGƯỜI: Sapientation, the acquiring of human characteristics.

1108. QUÁCH: Sarcophagus. *See also* QUAN TÀI ĐÁ.

1109. QUAI: Handle.

1110. QUAN HỆ GIAO LƯU (VĂN HÓA): Cultural interaction; acculturation.

1111. QUAN HỆ KẾ THỪA: Cultural continuity.

1112. QUAN TÀI: Coffin.

1113. QUAN TÀI BẰNG THÂN CÂY KHOÉT RỖNG: Trough-type wooden coffin; log-shaped wooden coffin.

1114. QUAN TÀI ĐÁ: Sarcophagus. *Also* QUÁCH.

1115. QUAN TÀI GỖ: Wooden coffin.

1116. QUAN TÀI GỐM: Ceramic coffin; burial jar.

1117. QUAN TÀI HÌNH THUYỀN: Boat-shaped wooden coffin.

1118. QUẦN THẠCH: (Megalithic) stone alignment or circle.
1119. QUẦN XÃ: Community.
1120. QUẶNG SẮT: Iron ore; ironstone.
1121. QUY CÁCH HÓA: Stylized; stylization.

R

1122. RÁ: Shallow circular basket (more tightly-woven than RỔ) for use as sieve for washing rice, for carrying and storage.
1123. RẢI THAN VÀO HUYỆT: Charcoal fill (around a coffin).
1124. RĂNG (BỘ): Tooth, teeth.
1125. RĂNG CỬA: Incisor.
1126. RĂNG HÀM: Molar.
1127. RĂNG NANH: Canine (tooth).
1128. RĂNG TIỀN HÀM: Pre-molar, milk-tooth.
1129. RANH GIỚI SAU: No later than. *See* GIỚI HẠN MUỘN.
1130. RANH GIỚI TRƯỚC: No earlier than. *See* GIỚI HẠN SỚM.
1131. RÊU ĐÁ: Patina. *Also* MEN ĐÁ.
1132. RÌU BẮC SƠN: 'Bacsonian axe', the type-implement of Bac-Son, characterized by its polished cutting-edge.
1133. RÌU CÂN XỨNG CÁNH XÒE: Socketed bronze axe, symmetrical in form (as opposed to the asymmetrical pediform axe); often decorated.
1134. RÌU CHIẾN: Pediform axe; *also called* 'battle-axe'.
1135. RÌU CÓ CHUÔI TRA CÁN: Socketed (metal) axe.
1136. RÌU CÓ TRỤC: Trunnioned stone axe or adze, i.e. an elongated stone implement with a protruding knob on either side of the upper part, presumably to facilitate hafting.
1137. RÌU CÓ VAI: Shouldered axe or adze.
1138. RÌU CÓ VAI KÉP: Double-shouldered axe or adze.
1139. RÌU HÌNH CÂY VIẾT: Pen-shaped adze or axe.
1140. RÌU HÌNH THANG: 'Trapezoid-shaped' axe; symmetrical axe.
1141. RÌU HỌNG: Celt; axe.
1142. RÌU KIỂU SU-MA-TƠ-RA: Sumatralith: unifacially-flaked pebble tool found mainly in Sumatra. *Same as* ĐÁ 'SUMATRA'.

1143. RÌU LƯỠI LỆCH: Pediform axe. *Also called* RÌU LƯỠI XÉO.
1144. RÌU MÀI LƯỠI: Edge-ground (polished) stone axe. *Also called* RÌU BẮC SƠN.
1145. RÌU MÀI TOÀN THÂN: Wholly polished axe.
1146. RÌU NGẮN: Short axe: unifacially flaked cutting implement of almost semi-circular form, presumably a Sumatralith cut in two. Typical for the Hoabinhian culture.
1147. 'RÌU NGẮN NGUYÊN SƠ': 'Primeval short axe': a pebble chopping-tool or scraper found in Son-Vi sites.
1148. 'RÌU NÚM CUỘI': 'Pebble butt-axe': pebble axe, chopper.
1149. RÌU TAY: Biface; hand-axe.
1150. RÌU TAY KIỂU A-SƠ: Acheulian hand-axe, a Lower Palæolithic bifacial hand-axe.
1151. RÌU TỨ DIỆN: Quadrangular adze, adze with quadrangular cross-section.
1152. RÌU XÉN: *See* RÌU XÉO.
1153. RÌU XÉO, RÌU XÉO CÁNH VUÔNG, RÌU XÉO MŨI CHÉCH: Pediform (i.e. resembling the side-view of a foot or shoe) socketed bronze axe. A certain number of these axes have been found in Dongson and other Bronze Age sites in North Vietnam.
1154. RÌU XÒE CÂN: Socketed bronze axe. *See* RÌU CÂN XỨNG CÁNH XÒE.
1155. RÌU XƯƠNG: Bone axe or adze.
1156. RỔ: Shallow circular basket for carrying food.
1157. RÙA NƯỚC NGỌT: Fresh-water turtle, *Tryonix*.
1158. RỪNG THƯA: Open woodland.
1159. RUỘNG NƯỚC: Wet-rice-field.
1160. RUỘNG RẪY: Dry-rice-field.

S

1161. SĂN BẮT: Hunting.
1162. SÀNH: Semi-porcelain; stoneware.
1163. SÀNH SỨ: Porcelain.
1164. SẮP XẾP THEO THỨ TỰ: Seriation.

1165. SẮT THIÊN THẠCH: Metal 'sky-stone', popular name for Tektite. *See* CỤC TECTIT. *Same as* THIÊN THẠCH.

1166. SẮT THIÊN THỂ, SẮT TRỜI: Meteoric iron.

1167. SINH THỔ: Sterile soil (underneath artifact-bearing deposit or culture layer).

1168. SINH THỰC KHÍ (THỜ): Phallus; linga.

1169. SÒ: Shell.

1170. SỌ: Skull.

1171. SỌ CHỈ SỐ: Cranial index; cephalic index.

1172. SỌ CHỈ SỐ DỌC TRÁN ĐỈNH: Saggittal fronto-parietal index, obtained by the equation:

$$\frac{\text{Bregma-lambda cord}}{\text{Bregma-opisthion arc}} \times 100$$

1173. SỌ CHỈ SỐ DỌC XƯƠNG CHẨM: Sagittal occipital index (a), obtained by the equation:

$$\frac{\text{Lambda-opisthion cord (M31)}}{\text{Lambda-opisthion arc (M28)}} \times 100$$

1174. SỌ CHỈ SỐ DỌC XƯƠNG CHẨM: Sagittal occipital index (b), obtained by the equation:

$$\frac{\text{Lambda-inion cord}}{\text{Lambda-inion arc (M28)}} \times 100$$

1175. SỌ CHỈ SỐ DỌC XƯƠNG ĐỈNH: Sagittal parietal index, obtained by the equation:

$$\frac{\text{Bregma-lambda cord}}{\text{Bregma-opisthion arc}} \times 100$$

1176. SỌ CHỈ SỐ DỌC XƯƠNG TRÁN: Sagittal frontal index, obtained by the equation:

$$\frac{\text{Nasion-bregma cord}}{\text{Nasion-bregma arc}} \times 100$$

1177. SỌ CHỈ SỐ GÓC HÀM TRÊN: Alveolar profile angle.

1178. SỌ CHỈ SỐ GÓC MẶT: Facial profile angle.

1179. SỌ CHỈ SỐ GÓC MẶT KHÔNG VẨU: Orthognath 85-93.

1180. SỌ CHỈ SỐ GÓC MẶT RẤT KHÔNG VẨU: Hyper-orthognath 93-X.

1181. SỌ CHỈ SỐ GÓC MẶT TRUNG BÌNH: Mesoprognath 80-85.

GLOSSARY

1182. SỌ CHỈ SỐ GÓC MẶT SIÊU VẨU: Hyper-prognath X-70.
1183. SỌ CHỈ SỐ GÓC MẶT VẨU: Prognath 70-80.
1184. SỌ CHỈ SỐ GÓC MŨI: Nasal profile angle.
1185. SỌ CHỈ SỐ HÀM HUYỆT RĂNG DÀI: Dolichuranic (dolico-uranic) X - 110.
1186. SỌ CHỈ SỐ HÀM HUYỆT RĂNG NGẮN: Brachyuranic (brachy-uranic) 115 - X.
1187. SỌ CHỈ SỐ HÀM HUYỆT RĂNG TRÊN: Maxillo-alveolar index, obtained by the equation:

$$\frac{\text{Maxillo-alveolar breadth}}{\text{Maxillo-alveolar length}} \times 100$$

1188. SỌ CHỈ SỐ HÀM HUYỆT RĂNG TRUNG BÌNH: Mesuranic (meso-uranic) 110 - 115.
1189. SỌ CHỈ SỐ HỐC MŨI: Nasal index, obtained by the equation:

$$\frac{\text{Nasal breadth}}{\text{Nasal height}} \times 100$$

1190. SỌ CHỈ SỐ HỐC MŨI HẸP: Leptorrhine.
1191. SỌ CHỈ SỐ HỐC MŨI RẤT RỘNG: Hyper-chamærrhine.
1192. SỌ CHỈ SỐ HỐC MŨI RỘNG: Chamærrhine.
1193. SỌ CHỈ SỐ HỐC MŨI TRUNG BÌNH: Mesorrhine.
1194. SỌ CHỈ SỐ KHẨU CÁI: Palatal index, obtained by the equation:

$$\frac{\text{Palatal breadth}}{\text{Palatal length}} \times 100$$

1195. SỌ CHỈ SỐ KHẨU CÁI HẸP: Leptostaphyline (X-80).
1196. SỌ CHỈ SỐ KHẨU CÁI RỘNG: Brachystaphyline.
1197. SỌ CHỈ SỐ KHẨU CÁI TRUNG BÌNH: Mesostaphyline (80-85).
1198. SỌ CHỈ SỐ LỖ CHẨM: Foramen magnum length-breadth index:

$$\frac{\text{Foramen magnum breadth}}{\text{Foramen magnum length}} \times 100$$

1199. SỌ CHỈ SỐ MÁ HÀM: Jugo-mandibular index:

$$\frac{\text{Bigonial breadth (M66)}}{\text{Bizygomatic breadth (M45)}} \times 100$$

1200. SỌ CHỈ SỐ MÁ TRÁN: Jugo-frontal index:

$$\frac{\text{Minimum frontal breadth}}{\text{Bizygomatic breadth (M45)}} \times 100$$

1201. SỌ CHỈ SỐ MẶT TOÀN BỘ: Facial index:

$$\frac{\text{Nasion-gnathion (M47)}}{\text{Bizygomatic breadth}}$$

1202. SỌ CHỈ SỐ MẶT TOÀN BỘ HẸP: Leptoprosopic (90-95).
1203. SỌ CHỈ SỐ MẶT TOÀN BỘ RẤT HẸP: Hyper-leptoprosopic (95-X).
1204. SỌ CHỈ SỐ MẶT TOÀN BỘ RẤT RỘNG: Hyper-euryprosopic (X-80).
1205. SỌ CHỈ SỐ MẶT TOÀN BỘ RỘNG: Euryprosopic (80-85).
1206. SỌ CHỈ SỐ MẶT TOÀN BỘ TRUNG BÌNH: Mesoprosopic (85-90).
1207. SỌ CHỈ SỐ MẶT TRÊN: Superior facial index:

$$\frac{\text{Upper facial height (M48)}}{\text{Bizygomatic breadth (M45)}} \times 100$$

1208. SỌ CHỈ SỐ MẶT TRÊN HẸP: Leptene (55-60).
1209. SỌ CHỈ SỐ MẶT TRÊN RẤT HẸP: Hyper-leptene (60-X).
1210. SỌ CHỈ SỐ MẶT TRÊN RẤT RỘNG: Hyper-euryene (X-45).
1211. SỌ CHỈ SỐ MẶT TRÊN RỘNG: Euryene (45-50).
1212. SỌ CHỈ SỐ MẶT TRÊN TRUNG BÌNH: Mesene (50-55).
1213. SỌ CHỈ SỐ MẶT TRÊN (VIRCHOW): Superior facial index (Virchow):

$$\frac{\text{Upper facial height (M48)}}{\text{Maxillary breadth (M46)}} \times 100$$

1214. SỌ CHỈ SỐ NGANG SỌ MẶT: Transverse cranio-facial index:

$$\frac{\text{Bizygomatic breadth (M45)}}{\text{Cranial maximum breadth (M8)}} \times 100$$

1215. SỌ CHỈ SỐ NGANG TRÁN: Transverse frontal index:

$$\frac{\text{Minimum frontal breadth (M9)}}{\text{Maximum frontal breadth (M10)}} \times 100$$

1216. SỌ CHỈ SỐ NGANG TRÁN ĐỈNH: Transverse fronto-parietal index:

$$\frac{\text{Minimum frontal breadth (M9)}}{\text{Maximum breadth of the vault}} \times 100$$

1217. SỌ CHỈ SỐ NGANG XƯƠNG MŨI: Transverse nasal bone index:

$$\frac{\text{Minimum breadth of nasal bone}}{\text{Maximum breadth of nasal bone}} \times 100$$

GLOSSARY

1218. SỌ CHỈ SỐ NGÀNH LÊN: Mandibular ramus index:

$$\frac{\text{Breadth of mandibular ramus}}{\text{Height of mandibular ramus}} \times 100$$

1219. SỌ CHỈ SỐ Ổ MẮT: Orbital index:

$$\frac{\text{Orbital height (M52)}}{\text{Orbital breadth (M51)}} \times 100$$

1220. SỌ CHỈ SỐ Ổ MẮT CAO: Hypsiconch (85-X).
1221. SỌ CHỈ SỐ Ổ MẮT THẤP: Chamæconch (X-76).
1222. SỌ CHỈ SỐ Ổ MẮT TRUNG BÌNH: Mesoconch (76-85).
1223. SỌ CHỈ SỐ RỘNG LIÊN Ổ MẮT: Inter-orbital breadth:

$$\frac{\text{Anterior inter-orbital breadth (M50)}}{\text{Bi-orbital breadth (M44)}} \times 100$$

1224. SỌ CHỈ SỐ SỌ CAO DÀI: Length-height index:

$$\frac{\text{Basion-bregma height (M17)}}{\text{Cranial maximum length (M1)}} \times 100.$$

1225. SỌ CHỈ SỐ SỌ CAO RỘNG: Breadth-height index:

$$\frac{\text{Basion-bregma height (M17)}}{\text{Cranial maximum breadth (M8)}}$$

1226. SỌ CHỈ SỐ SỌ CAO RỘNG CAO: Acrocranial (98- X).
1227. SỌ CHỈ SỐ SỌ CAO RỘNG DÀI: Cranial index, cephalic index or Length-breadth index:

$$\frac{\text{Maximum breadth (M8)}}{\text{Maximum length (M1)}} \times 100.$$

1228. SỌ CHỈ SỐ SỌ CAO RỘNG-DÀI DÀI: Dolichocephalic X-75. *Also called* KIỂU ĐẦU DÀI.
1229. SỌ CHỈ SỐ SỌ CAO RỘNG-DÀI NGẮN: Brachycephalic 80-84.9. *Also called* KIỂU ĐẦU NGẮN.
1230. SỌ CHỈ SỐ SỌ CAO RỘNG-DÀI RẤT NGẮN: Hyper-brachycephalic 85-X.
1231. SỌ CHỈ SỐ SỌ CAO RỘNG-DÀI TRUNG BÌNH: Mesocephalic 75-79.9.*Also called* KIỂU ĐẦU TRUNG BÌNH.
1232. SỌ CHỈ SỐ SỌ CAO RỘNG THẤP: Tapeinocranial (X- 92).
1233. SỌ CHỈ SỐ SỌ CAO RỘNG TRUNG BÌNH: Metriocranial (92-98)

1234. SỌ CHỈ SỐ TRẦN Ổ MẮT: Fronto-orbital index:
$$\frac{\text{Minimum frontal breadth (M9)}}{\text{Upper facial breadth (M43)}} \times 100$$

1235. SỌ CHỈ SỐ VẨU: Alveolar index:
$$\frac{\text{Facial length (M40)}}{\text{Nasion-basion length (M5)}} \times 100$$

1236. SỌ ĐO ĐẠC: Craniometry, measurements of the skull.

1237. SỌ ĐO ĐẠC CAO CẰM: (M69) Mental height (distance between gnathion and infra-dental).

1238. SỌ ĐO ĐẠC CAO MẶT TOÀN BỘ: (M47) Facial height (from nasion to gnathion).

1239. SỌ ĐO ĐẠC CAO MẶT TRÊN: (M48) Upper facial height (from nasion to alveolare).

1240. SỌ ĐO ĐẠC CAO MŨI: Nasal height (from nasion to nasospinale).

1241. SỌ ĐO ĐẠC CAO NGÀNH LÊN: (M70) Height of mandibular ramus (from gonion to condyle).

1242. SỌ ĐO ĐẠC CAO Ổ MẮT: (M52) Orbital height (the maximum internal height of the orbit perpendicular to its breadth).

1243. SỌ ĐO ĐẠC CAO SỌ: (M17) Basion-bregma height or basi-bregmatic height (from the basion to the bregma).

1244. SỌ ĐO ĐẠC CUNG CHẨM: (M28) Lambda-opisthion arc or occipital arc (surface distance from lambda to opisthion).

1245. SỌ ĐO ĐẠC CUNG DỌC: (M25) Median sagittal arc (from nasion through bregma, lambda to opisthion).

1246. SỌ ĐO ĐẠC CUNG ĐỈNH: (M27) Bregma-lambda arc or parietal arc (surface distance from bregma to lambda).

1247. SỌ ĐO ĐẠC CUNG NGANG: (M24) Transversal arc or transversal biporial arc (measured from one porion to the other through the bregma).

1248. SỌ ĐO ĐẠC CUNG TRÁN: (M26) Nasion-bregma or frontal arc. Minimum distance from nasion to bregma taken over the surface of the frontal bone.

1249. SỌ ĐO ĐẠC ĐẶC ĐIỂM PHI MÊ-TRÍC: Non-metrical characteristics — refers to 'discontinuous morphological traits' such as mastoid size, shape of the nasal aperture, general facial shape, chin shape, etc.

1250. SỌ ĐO ĐẠC ĐẶC TÍNH MÊ-TRÍC: Metric characteristics.

GLOSSARY

1251. SỌ ĐO ĐẠC DÀI CẰM: (M68) Mandibular length or foramen mentalia breadth (from one mental to the other).

1252. SỌ ĐO ĐẠC DÀI CUNG HUYỆT RĂNG: (M60) Maxillo-alveolar length.

1253. SỌ ĐO ĐẠC DÀI KHẨU CÁI: (M62) Palatal length (from staphylion to orale).

1254. SỌ ĐO ĐẠC DÀI LỖ CHẨM: (M7) Length of foramen magnum.

1255. SỌ ĐO ĐẠC DÀI MẶT DƯỚI: (M42) Lower facial length (from basion to gnathion).

1256. SỌ ĐO ĐẠC DÀI NỀN MẶT: (M40) Facial length or foraminal length (from basion to opisthion).

1257. SỌ ĐO ĐẠC DÀI NỀN SỌ: (M5) Nasion-basion length or basi-nasal length (from the basion to the nasion).

1258. SỌ ĐO ĐẠC SỐNG MŨI CHẨM: (M2) Glabella-inion length.

1259. SỌ ĐO ĐẠC SỐNG MŨI: (M3) Glabella-lambda length.

1260. SỌ ĐO ĐẠC DÀI SỌ TỐI ĐA: (M1) Maximum cranial length. Greatest length in median sagittal plane, from glabella to the most posterior point on the occipital.

1261. SỌ ĐO ĐẠC DÂY CUNG CHẨM (M31 L-1) Lambda-inion cord (from lambda to the base of the occipital external protoberance on the back of the skull).

1262. SỌ ĐO ĐẠC DÂY CUNG ĐỈNH: (M30) Bregma-lambda cord or parietal arc (surface distance from bregma to lambda).

1263. SỌ ĐO ĐẠC DÂY CUNG LAMĐA: (M31) Lambda-opisthion cord or occipital arc (surface distance from lambda to opisthion).

1264. SỌ ĐO ĐẠC DÂY CUNG TRÁN: (M29) Nasion-bregma cord or frontal arc (minimum distance from nasion to bregma taken over the surface of the frontal bone).

1265. SỌ ĐO ĐẠC ĐỘ DÀI SỌ: Degree of dolichocephaly or 'long-headedness'. *See also* CHỈ SỐ SỌ.

1266. SỌ ĐO ĐẠC ĐỘ TRÒN SỌ: Degree of mesocephaly or 'round-headedness'. *See also* CHỈ SỐ SỌ.

1267. SỌ ĐO ĐẠC RỘNG CHẨM: Bi-asterionic breadth, the diameter from one asterion to the other.

1268. SỌ ĐO ĐẠC RỘNG CUNG HUYỆT RĂNG: (M61) Maxillo-alveolar breadth.

1269. SỌ ĐO ĐẠC RỘNG GÓC HÀM: (Go-Go) Bi-gonial breadth (the distance between the two gonions). *Also called* KHOẢNG CÁCH GIỮA HAI GÓC HÀM.

1270. SỌ ĐO ĐẠC RỘNG HỐC MẮT: (M51) Orbital breadth (greatest breadth of the orbit measured from dacryon to the anterior surface of its lateral margin). *Also called* CHIỀU RỘNG TỐI ĐA CỦA Ổ MẮT.

1271. SỌ ĐO ĐẠC RỘNG HỐC MŨI: (M54) Nasal breadth (the maximum breadth of the nasal aperture between the anterior surfaces of its lateral margins perpendicular to the mid-sagittal plane). *Also called* CHIỀU RỘNG TỐI ĐA CỦA HỐC MŨI.

1272. SỌ ĐO ĐẠC RỘNG KHẨU CÁI: (M63) Palatal breadth (from one endomolar to the other).

1273. SỌ ĐO ĐẠC RỘNG LIÊN CẦU LỒI TỐI ĐA: (M65) Bi-condylar breadth or inter-condylar width (diameter between the most external points of the mandibular condyles).

1274. SỌ ĐO ĐẠC RỘNG LIÊN MỎM TIẾP: (zy-yz)(M45) Bi-zygomatic breadth (greatest breadth between zygomatic arches).

1275. SỌ ĐO ĐẠC RỘNG LIÊN Ổ MẮT: (M44) Bi-orbital breadth (from ektokonchion to ektokonchion).

1276. SỌ ĐO ĐẠC RỘNG LIÊN Ổ MẮT SAU: (M49) Posterior inter-orbital breadth.

1277. SỌ ĐO ĐẠC RỘNG LIÊN Ổ MẮT TAI: (M11) Bi-auricular breadth.

1278. SỌ ĐO ĐẠC RỘNG LIÊN Ổ MẮT TRƯỚC: (M50) Anterior inter-orbital breadth.

1279. SỌ ĐO ĐẠC RỘNG LỖ CHẨM: (M16) Breadth of foramen magnum or foraminal breadth (maximum internal breadth of the foramen magnum).

1280. SỌ ĐO ĐẠC RỘNG MẮT GIỮA: (M46) Bi-maxillar breadth (from one zygomaxillare to the other).

1281. SỌ ĐO ĐẠC RỘNG MẮT TRÊN: (M43) Upper facial breadth (frontomalare temporal to frontomalare temporal).

1282. SỌ ĐO ĐẠC RỘNG NGÀNH LÊN: (M71) Breadth of mandibular ramus.

1283. SỌ ĐO ĐẠC RỘNG TRÁN TỐI ĐA: (M10b) Maximum breadth (greatest bi-parietal breadth, taken at right angles to the mid-sagittal plane). *Also* CHIỀU RỘNG TỐI ĐA LIÊN XƯƠNG ĐỈNH.

GLOSSARY

1284. SỌ ĐO ĐẠC RỘNG TRÁN TỐI THIỂU: Minimum frontal breadth (smallest diameter between the temporal crests on the frontal bone). *Also* CHIỀU RỘNG TỐI THIỂU XƯƠNG TRÁN.

1285. SỌ ĐO ĐẠC RỘNG XƯƠNG MŨI TỐI ĐA: (M57.1) Maximum breadth of nasal bone.

1286. SỌ ĐO ĐẠC RỘNG XƯƠNG MŨI TỐI THIỂU: (M57) Minimum breadth of nasal bone.

1287. SỌ ĐO ĐẠC TỶ LỆ GIỮA MẶT VÀ XƯƠNG HÀM DƯỚI: Proportion between face and mandible.

1288. SỌ ĐO ĐẠC VÒNG ĐẦU: (M23) Circumference from glabella to opisthion.

1289. SỌ MÔ TẢ: Skull (description); cranioscopy; cranioscopic.

1290. SỌ MÔ TẢ DUNG TÍCH: (M38) Cranial capacity; brain volume; *also* THỂ TÍCH NÃO.

1291. SỌ MÔ TẢ ĐƯỜNG KHỚP: (Cranial) suture.

1292. SỌ MÔ TẢ HÌNH DÁNG: Shape of skull.

1293. SỌ MÔ TẢ HÌNH DÁNG NHÌN TỪ PHÍA BÊN: *Norma lateralis*: skull seen in profile, side view.

1294. SỌ MÔ TẢ HÌNH DÁNG NHÌN TỪ PHÍA SAU: *Norma occipitalis*: skull seen from behind, back view.

1295. SỌ MÔ TẢ HÌNH DÁNG NHÌN TỪ PHÍA SAU HÌNH CÁNH CUNG: Arch form (skull, seen from behind).

1296. SỌ MÔ TẢ HÌNH DÁNG NHÌN TỪ PHÍA SAU HÌNH NHÀ: House form (skull, seen from behind).

1297. SỌ MÔ TẢ HÌNH DÁNG NHÌN TỪ TRÊN: *Norma verticalis*: skull seen from above).

1298. SỌ MÔ TẢ HÌNH DÁNG NHÌN TỪ TRÊN HÌNH BẦU DỤC: Ovoid (skull, seen from above).

1299. SỌ MÔ TẢ HÌNH DÁNG NHÌN TỪ TRÊN HÌNH BẦU DỤC NGẮN: Short ovoid (skull, seen from above).

1300. SỌ MÔ TẢ HÌNH DÁNG NHÌN TỪ TRÊN HÌNH CẦU: Spheroid (skull, seen from above).

1301. SỌ MÔ TẢ HÌNH DÁNG NHÌN TỪ TRÊN HÌNH NĂM GÓC: Pentagonoid (skull, seen from above).

1302. SỌ MÔ TẢ HÌNH DÁNG NHÌN TỪ TRÊN HÌNH SOAN: Ellipsoid (skull, seen from above).

1303. SỌ MÔ TẢ HÌNH DÁNG NHÌN TỪ TRÊN HÌNH TRÁM: Rhomboid (skull, seen from above).

1304. SỌ MÔ TẢ HÌNH DÁNG NHÌN TỪ TRÊN HÌNH TRÒN THÓT ĐẦU: Brisoid (skull, seen from above).

1305. SỌ MÔ TẢ HÌNH DÁNG NHÌN TỪ TRÊN HÌNH TRỨNG: Sphenoid (skull, seen from above).

1306. SỌ MÔ TẢ HÌNH DÁNG NHÌN TỪ TRƯỚC: *Norma facialis*: skull seen from front, front view.

1307. SỌ MÔ TẢ NẮP HỘP: Skull cap.

1308. SỌ MÔ TẢ VÒM: Skull vault.

1309. SỌ MỐC ĐO: Points or 'landmarks' of the skull.

1310. SỌ MỐC ĐO ĐIỂM DÔ NHẤT GIỮA HAI CUNG MÀY: Glabella, the most prominent point between the supra-ciliary arches in the median sagittal plane.

1311. SỌ MỐC ĐO ĐIỂM DƯỚI NỀN GAI MŨI: Nasospinale: a point in the median sagittal plane situated on the line between both narials; usually it is at the base of the nasal spine.

1312. SỌ MỐC ĐO ĐIỂM GẶP GIỮA ĐƯỜNG KHỚP DỌC GIỮA VÀ ĐƯỜNG KHỚP LAM-ĐA: Lambda: the point at which the sagittal and lambdoid sutures meet.

1313. SỌ MỐC ĐO ĐIỂM GẶP GIỮA ĐƯỜNG KHỚP TRÁN ĐỈNH VÀ ĐƯỜNG KHỚP DỌC GIỮA: Bregma: the point at which the coronal and sagittal sutures meet.

1314. SỌ MỐC ĐO ĐIỂM GẶP GIỮA MẶT NGOÀI VÀ MẶT TRONG CỦA XƯƠNG CHẨM: Opisthion: the point at which the external and internal surfaces of the occipital bone meet; the posterior margin of the foramen magnum in its median plane.

1315. SỌ MỐC ĐO ĐIỂM GẶP GIỮA XƯƠNG KHẨU CÁI VÀ ĐƯỜNG KHỚP LIÊN KHẨU CÁI: Staphyllion: the point at which a line tangential to the two curves in the posterior border of the palate crosses the interpalatine suture.

1316. SỌ MỐC ĐO ĐIỂM GIỮA BỜ SAU CỦA HUYỆT RĂNG CỬA TRÊN: Orale: the mid-point of a line tangential to the posterior margins of the sockets of the two upper central incisor teeth.

1317. SỌ MỐC ĐO ĐIỂM GIỮA BỜ TRONG HUYỆT RĂNG HÀM TRÊN THỨ HAI: Endomolare: the mid-point on the inner margin of the socket of the second upper molar teeth.

1318. SỌ MỐC ĐO ĐIỂM GIỮA CỦA ĐƯỜNG KHỚP GIỮA XƯƠNG TRÁN VÀ HAI XƯƠNG MŨI: Nasion: the mid-point of the suture.

1319. SỌ MỐC ĐO ĐIỂM GIỮA TRÊN BỜ DƯỚI XƯƠNG HÀM DƯỚI: Gnathion: the mid-point of the lower edge of the mandible.

1320. SỌ MỐC ĐO ĐIỂM KHỚP GIỮA XƯƠNG THÁI DƯƠNG, XƯƠNG ĐỈNH VÀ XƯƠNG CHẨM: Asterion: the sutures between the temporal, parietal and occipital bones.

1321. SỌ MỐC ĐO ĐIỂM KHỚP GIỮA XƯƠNG TRÁN XƯƠNG LỆ VÀ XƯƠNG HÀM TRÊN: Dacryon: the point of intersection of the maxillary, frontal, and lacrimal bones.

1322. SỌ MỐC ĐO ĐIỂM NGOÀI NHẤT GIỮA THÂN XƯƠNG HÀM DƯỚI VÀ NGÀNH LÊN: Gonion: the most lateral external point of junction of the mandibular body and ascending ramus.

1323. SỌ MỐC ĐO ĐIỂM THẤP NHẤT CỦA MẶT NGOÀI BỜ TRƯỚC LỖ CHẨM: Basion: the lowest point on the external surface of the anterior margin of the foramen magnum in its median plane.

1324. SỌ MỐC ĐO ĐIỂM THẤP NHẤT CỦA MÕM HUYỆT RĂNG GIỮA: Alveolar: the lowest point on the alveolar process between the sockets of the two central incisor teeth.

1325. SỌ MỐC ĐO ĐIỂM THẤP NHẤT Ở BỜ DƯỚI LỖ MŨI: Narial: the lowest point on the inferior margin of the nasal aperture on each side of the nasal spine.

1326. SỌ MỐC ĐO ĐIỂM THẤP NHẤT TRÊN ĐƯỜNG KHỚP GIỮA MÕM TIẾP VÀ XƯƠNG HÀM TRÊN: Zygomaxillare: the lowest point on the suture between the zygomatic and the maxillare bones.

1327. SỌ MỐC ĐO ĐIỂM TRÊN TRƯỚC NHẤT CỦA BỜ HUYỆT RĂNG GIỮA HAI RĂNG CỬA: Intradental: the most anterior-superior point on the alveolar margin, between the central incisors and the lower jaw.

1328. SỌ MỐC ĐO ĐIỂM TRƯỚC NHẤT DỌC THEO LỖ CẰM XƯƠNG HÀM DƯỚI: Mentale: the most anterior point on the margin of the mental foramen of the lower jaw.

1329. SƠ KỲ: Lower; early. *See also* TRUNG KỲ, VÃN KỲ.

1330. SƠ KỲ ĐÁ CŨ: Lower Palæolithic.
1331. SÒ NƯỚC MẶN: Sea-shell.
1332. SÒ NƯỚC NGỌT: Fresh-water shell.
1333. SÒ (ỐC) NÚI: Terrestrial molluscs.
1334. SƠ SỬ: Protohistory. *Also called* CỔ SỬ.
1335. SỎI SÔNG: River gravels.
1336. SỚM NHẤT: Upper limit; *terminus ante quem*: the factors providing an upper limit for the possible date of archæological material, layer, etc. *See also* GIỚI HẠN SỚM.
1337. SỌT: Shallow basket with two handles for transporting soil.
1338. SỰ SINH SỐNG: Subsistence.
1339. SỬ TRUYỀN MIỆNG: Oral history.
1340. SƯƠNG GỐM: Paste texture (of pottery).
1341. SUỐT XE CHỈ: Spindle-whorl.
1342. SƯU TẬP HIỆN VẬT: Collection of archæological objects.
1343. SUY LUẬN: Inference.

T

1344. TẤM CHE NGỰC (ĐỒNG): (Bronze) shield. *See also* HỘ TÂM PHIẾN.
1345. TÀN DƯ (VĂN HÓA): (Cultural) remains.
1346. TÂN THẠCH KHÍ: Neolithic. *See also* THỜI ĐÁ MỚI.
1347. TẦNG ĐẤT CÁT: Layer of sandy soil.
1348. TẦNG ĐẤT MÀU VÀNG: 'Yellowish layer' (clay loam).
1349. TÁNG (LỘ THIÊN): Burial (open-air); (THỦY): Burial (water),'Burial by water'
1350. TANG LỄ: Funerary rite.
1351. TẦNG THAN TRO: Ash layer.
1352. TẦNG TRẦM TÍCH: Sediment.
1353. TẦNG VĂN HÓA: Culture layer.
1354. TẦNG VỎ SÒ: Layer of shells; shell stratum; shell bed.
1355. TÊ GIÁC: Rhinoceros.
1356. TÊN: Arrow.

GLOSSARY

1357. TÊN THUỐC ĐỘC: Poisoned arrow.
1358. THẠCH ANH: 'Beautiful stone', popular name for quartz. *See* CUỘI QUÁC.
1359. THẠCH KHÍ THỜI ĐẠI: Stone Age. *See also* THỜI ĐẠI ĐÁ.
1360. THAI GỐM: Drying of pottery. *See also* PHƠI GỐM.
1361. THĂM DÒ DI CHỈ TỪ XA: Teledetection, i.e. technique for discovering an archæological site from a distance, i.e. ærial photography.
1362. THĂM DÒ MẪU ĐẤT: Boring (examining the soil of a site with the help of a borer before excavation).
1363. THĂM DÒ TỪ TRÊN KHÔNG: Aerial photography.
1364. THÁM QUẬT: Trial excavation; *sondage*.
1365. THÁM SÁT: Survey.
1366. THẦN TÍCH: Historical legend.
1367. THAN TRO: Charcoal.
1368. THANG NIÊN ĐẠI: Chronological sequence.
1369. THẢO NGUYÊN: Savannah.
1370. THẠP ĐỒNG: Basket-shaped bronze container with lid.
1371. THỀM SÔNG: River terrace.
1372. THI THỂ: Dead body; corpse.
1373. THIÊU XÁC: Cremation.
1374. THIÊN DI: Migration.
1375. THIÊN NIÊN KỶ: Millennium; millenary.
1376. THIÊN THẠCH: 'Celestial stone': tektite, i.e. small, naturally-formed (molten rock) glassy object which is generally thought to be the result of the impact of meteorites on the moon. Tektites are found in four distinct 'strewn-fields', the largest and most recent (700,000 years old) being that including Southeast Asia and Australia. *Same as* CỤC TECTIT, HẠT VẪN THIẾT.
1377. THỐ: Bronze vessel in 'spittoon' form.
1378. THỔ DÂN: Aboriginal; aboriginal population; Aborigines.
1379. THỔ NHƯỠNG HỌC: Pedology: the scientific study of soil.
1380. THỜ MẶT TRỜI: Sun worship.
1381. THÓC MỤC: 'Decayed rice grain': remnant of rice grain found in a Bronze Age burial in Tham-Khuong rock shelter, Lai-Chau.
1382. THỜI CỔ ĐẠI: Antiquity.

1383. THỜI ĐÁ MỚI: Neolithic; New Stone Age.
1384. THỜI ĐẠI: Age; epoch; era; time.
1385. THỜI ĐẠI BĂNG HÀ: Ice Age.
1386. THỜI ĐẠI DÃ MAN: Age of barbarism, barbaric age.
1387. THỜI ĐẠI ĐÁ: Stone Age. *See also* THẠCH KHÍ THỜI ĐẠI.
1388. THỜI ĐẠI ĐÁ ĐỒNG: Eneolithic.
1389. THỜI ĐẠI ĐẦU ĐÁ MỚI: Proto-neolithic.
1390. THỜI ĐẠI ĐỒ ĐÁ MỚI: Neolithic.
1391. THỜI ĐẠI ĐỒ ĐÁ MỚI CŨ: Palæolithic.
1392. THỜI ĐẠI ĐỒ ĐÁ MỚI ĐẼO: Age of flaked stone tools, i.e. Palæolithic.
1393. THỜI ĐẠI ĐỒ ĐÁ MỚI GIỮA: Mesolithic.
1394. THỜI ĐẠI ĐỒ ĐÁ MỚI MÀI: Age of polished stone tools, i.e. Neolithic.
1395. THỜI ĐẠI ĐỒ ĐÁ MỚI SỚM: Eolithic.
1396. THỜI ĐẠI ĐỒ ĐÁ MỚI TRƯỚC GỐM: Pre-ceramic Neolithic.
1397. THỜI ĐẠI ĐỒ ĐỒNG: Bronze Age (general).
1398. THỜI ĐẠI ĐỒ ĐỒNG ĐỎ: Copper Age.
1399. THỜI ĐẠI ĐỒ ĐỒNG NGUYÊN: Copper Age.
1400. THỜI ĐẠI ĐỒ ĐỒNG THAU: Late Bronze Age.
1401. THỜI ĐẠI ĐỒ KIM KHÍ: Metal Age.
1402. THỜI ĐẠI ĐỒNG-ĐÁ: Chalcolithic.
1403. THỜI ĐẠI ĐỒNG THAU: Late Bronze Age.
1404. THỜI ĐẠI KIM LOẠI: Metal Age.
1405. THỜI ĐẠI MÔNG MUỘI: Age of savagery.
1406. THỜI ĐẠI NGUYÊN THỦY: Primitive age.
1407. THỜI ĐẠI SẮT: Iron Age. *See also* HOÀNG KIM THỜI ĐẠI.
1408. THỜI HỒNG THỦY: Diluvium; diluvial age.
1409. THỜI KỲ: Period; term; epoch.
1410. THỜI KỲ A-SƠN: Acheulian: a lower Palæolithic stone-tool tradition (of so-called hand-axes), following the Abbevillian stage and characterized by relatively finer flaking as a result of using flaking-tools made of soft material.
1411. THỜI KỲ ÁP BƠ VIN: Abbevillian stage: that of the earliest so-called hand-axe industries in Europe, preceding the Acheulian. It probably dates from the

time of the second Glaciation (Mindel) and is characterized by rather crudely bifacially-flaked, massive core-tools. Supersedes the term Chellean which was formerly used.

1412. THỜI KỲ BĂNG CUỐI VUM-MƠ: The 'last' Glaciation, *also called* Würm Glaciation (c. 70,000-10,250).

1413. THỜI KỲ BĂNG HÀ: Glaciation.

1414. THỜI KỲ BƠ-LAI-XTÔ-XEN: Pleistocene.

1415. THỜI KỲ BƠ-LI-Ô-XEN: Pliocene.

1416. THỜI KỲ ĐỒ ĐÁ MỚI HÓA: Proto-Neolithic; Eneolithic; 'Neolithic-ization'.

1417. THỜI KỲ ĐỒ ĐÁ MỚI PHÁT TRIỂN: Upper Neolithic.

1418. THỜI KỲ GIÁN BĂNG: Interglacial.

1419. THỜI KỲ GIÁN BĂNG RÍT-XƠ VUM-MƠ: The 'last' interglacial, *also called* Riss-Würm interglacial (c. 187,000-70,000).

1420. THỜI KỲ GƠN-DƠ: The first (earliest) Glaciation, *also called* Günz Glaciation (c. 590,000-550,000).

1421. THỜI KỲ I-Ô-XEN: Eocene, the earliest sub-division of the tertiary era.

1422. THỜI KỲ MI-Ô-XEN: Miocene.

1423. THỜI KỲ MIN-ĐEN: The second Glaciation, *also called* Mindel Glaciation (c. 476,000-435,000).

1424. THỜI KỲ RÍT XƠ: The third Glaciation, *also called* Riss Glaciation (c. 230,000-187,000).

1425. THỜI KỲ SAU BĂNG HÀ: Postglacial period.

1426. THỜI KỲ SAU ĐÁ CŨ: Epipalæolithic.

1427. THỜI KỲ SEN: Chellean: term formerly used for the early stages of the European Lower Palæolithic hand-axe tradition. Now superseded by Abbevillian.

1428. THỜI KỲ THẾ CÀNG MỚI: Pleistocene.

1429. THỜI KỲ THƯỢNG TÂN: Pliocene.

1430. THỜI KỲ TIỀN SELƠ: Pre-Chellean period. *See also* VĂN HÓA TIỀN SELƠ.

1431. THỜI KỲ VI-LA-PHƠ-RƠ-AN-SI-AN: Villafranchian: term for the earliest Pleistocene period in Europe and Africa.

1432. THỜI TIỀN SỬ: Prehistory.

1433. THỜI TRUNG ĐẠI: Medieval; Middle Ages.
1434. THU LƯỢM TÌNH CỜ: Surface, chance or stray find.
1435. THỰ THẠCH: Eolith ('Dawn stone').
1436. THUẦN DƯỠNG: Domestication.
1437. THUẦN HÓA: Domestication, *as above*.
1438. THUẬT CHIÊM TINH: Astrology.
1439. THUẬT NGỮ KHẢO CỔ: Archaeological terms, terminology.
1440. THỨC ĂN THỪA: Food residue.
1441. THỰC VẬT CỔ: Archæobotany.
1442. THỰC VẬT DÂN TỘC HỌC: Ethnobotany.
1443. THÚNG: Rice basket (for carrying on a pole).
1444. THƯỚC ĐO NGƯỜI: Anthropometrical.
1445. THƯỢNG CỔ: High antiquity.
1446. THỦY ĐIỀN: Paddy-field; wet-rice field.
1447. THUYỀN QUAN (sv.): Boat-shaped, trough-type, log-shaped, coffin.
1448. THUYẾT ĐÁ SỚM: 'Eolith'.
1449. THUYẾT HỆ THỐNG: Systems theory.
1450 THUYẾT QUYẾT ĐỊNH SINH THÁI: Ecological determinism.
1451. TIỆN (ĐÁ): Sawing (of stone).
1452. TIẾN HÓA SINH CÁ THỂ: Ontogeny, i.e. origin and development of the individual being, 'growth study'.
1453. TIẾN HÓA SINH LOẠI THỂ: Phylogeny, i.e. racial evolution of animal or plant type.
1454. TIỀN HỒNG THỦY: Antediluvian.
1455. TIỀN LOẠI: Prototype.
1456. TIỀN SỬ HỌC: Prehistory.
1457. TIỀN SỬ KHẢO CỔ HỌC: Prehistoric archæology.
1458. TIỀN VIỆT: Proto-Vietnamese.
1459. TIÊU BẢN: Sample; specimen.
1460. TIÊU BẢN ĐỘNG VẬT: Faunal specimen.
1461. TIÊU BẢN THỰC VẬT: Floral specimen.
1462. TIÊU CHUẨN HÓA: Stylization; conventionalization. *See also* CÁCH ĐIỆU HÓA.

1463. TÍN NGƯỠNG PHỒN THỰC: Fertility cult.
1464. TÍN NGƯỠNG TỔ TIÊN: Ancestor worship.
1465. TÍN NGƯỠNG TÔTEM: Totemism.
1466. TÍNH CHẤT BẢN LỀ: 'Hinge' characteristics, i.e. characteristics of transitional culture stages.
1467. TÌNH TRẠNG DÃ MAN: Barbarism.
1468. TÌNH TRẠNG PHÂN BỐ HIỆN VẬT: Distribution of artifacts.
1469. TỔ CHỨC XÃ HỘI: Social organization.
1470. TỘC: Ethnic; clan; family.
1471. TỔNG THỂ HIỆN VẬT: Assemblage, association of finds.
1472. TỔNG THỂ PHỤ VĂN HÓA: Diffusion of material culture.
1473. TRẮC DIỆN: Cross-section.
1474. TRẮC DIỆN ĐỊA TẦNG: Stratigraphic section profile.
1475. TRÂM CÀI TÓC: Hairpin.
1476. TRẦM TÍCH: Sediment; sedimentation.
1477. TRẦM TÍCH CỔ SINH: Sedimentary faunal remains.
1478. TRẦM TÍCH HỌC: Sedimentology.
1479. TRÂM XƯƠNG: Bone hairpin.
1480. TRANG SỨC ĐẦU: Head-dress.
1481. TRANG SỨC ĐEO: Ear-rings, ear ornaments.
1482. TRANG TRÍ: Ornament; decoration.
1483. TRANG TRÍ HÌNH NGƯỜI: Anthropomorphic motif.
1484. TRANG TRÍ HÌNH THÚ VẬT: Zoomorphic motif.
1485. TRANG TRÍ THÀNH BÊN TRONG: Decoration on the inner surface (of a pottery vessel).
1486. TRE KHOÁNG HÓA: Mineralized bamboo.
1487. TRE SẮT: Mineralized bamboo, *as above*.
1488. TRIỆN ĐỒNG: Bronze seal.
1489. TRỐNG DA: 'Leather drum', i.e. drum with a leather tympanum.
1490. (TRỐNG) ĐẾ: Lower part (of drum).
1491. TRỐNG ĐỒNG: Bronze drum ('kettle drum', 'rain drum').
1492. TRỐNG ĐỒNG KIỂU HÊ-GƠ: (Bronze) drum type ... (classified according to Heger).

1493. (TRỐNG) MẶT: Tympanum, sounding-disc (of drum).
1494. (TRỐNG) TANG: Upper part (of drum).
1495. (TRỐNG) THÂN: Middle part, body (of drum).
1496. TRỐNG MINH KHÍ Small replica of bronze drum used as grave goods.
1497. TRỤ GỖ: Wooden pole. See also CỌC GỖ.
1498. TRUNG KỲ: Middle (*adj.*).
1499. TRUYỀN THỐNG: Tradition; traditional.
1500. TRUYỀN THUYẾT: Legend.
1501. TRUYỀN THUYẾT VỀ NGUỒN GỐC DÂN TỘC: Ethnic origin myth (*Ursprungsmythe*).
1502. TU CHỈNH: Retouching; retouch.
1503. TỪ KẾ: Magnetometer.
1504. TỤC: Custom.
1505. TỤC MAI TÁNG: Burial custom.
1506. TƯỚC: Knife. Used for *tao*-knife (of Chinese origin). See DAO GỌT.
1507. TƯỢNG: Figurine.
1508. TƯỢNG CHIM: Bird motif as decoration (on bronze objects).
1509. TƯỢNG ĐẦU GÀ: Clay figurine of a cock's head.
1510. TƯỢNG GÀ (ĐẤT): Clay figurine of a cock.
1511. TƯỢNG NGƯỜI BẰNG ĐÁ: Anthropomorphic stone figurine.
1512. TƯỢNG THÚ VẬT: Zoomorphic clay figurine.
1513. TƯỢNG XƯƠNG NHỎ: Statuette carved out of bone.
1514. TÙY TÁNG: Grave goods; burial gifts. See also ĐỒ MINH KHÍ.

U

1515. U GHÈ: Bulb of percussion (on stone flakes).

V

1516. VẠC: *Ting*, a tripod bowl common in pottery or bronze.
1517. VẠI (CHÔN NGƯỜI): Burial jar.
1518. VĂN HIẾN: Civilized. See also VĂN MINH.
1519. VĂN HÓA: Culture.

1520. VĂN HÓA A-SƠ: Acheulian culture.
1521. VĂN HÓA BẮC SƠN: Bacsonian culture.
1522. VĂN HÓA BẢN ĐỊA: Indigenous, autochthonous culture.
1523. (VĂN HÓA) BIẾN DUNG: Acculturation; diffusionism; cultural diffusion.
1524. (VĂN HÓA) BIẾN ĐỔI: Cultural change.
1525. VĂN HÓA CỔ ĐẠI: Ancient culture; prehistoric culture.
1526. VĂN HÓA CỰU THẠCH: Megalithic culture.
1527. VĂN HÓA DIỄN BIẾN: Process of acculturation.
1528. VĂN HÓA ĐÁ CUỘI: Pebble industry or culture.
1529. VĂN HÓA ĐỊA TẦNG: Culture layer (layer containing cultural remains).
1530. VĂN HÓA ĐỒ ĐÁ: Stone Age culture.
1531. VĂN HÓA ĐỒ XƯƠNG: Bone-tool culture.
1532. VĂN HÓA ĐỐNG SÒ: Kitchen midden; *Kjökkenmödding*.
1533. VĂN HÓA ĐÔNG SƠN: Dongsonian culture.
1534. (VĂN HÓA) GIAO TIẾP: Cultural interaction.
1535. VĂN HÓA HẠ LONG: Ha-Long culture: shouldered-axe industry at Ha-Long archæological site.
1536. VĂN HÓA HÒA BÌNH: Hoa-Binh culture.
1537. VĂN HÓA KẾ THỪA: Cultural inheritance.
1538. (VĂN HÓA) KẾ TỤC: Cultural continuum; cultural continuity.
1539. VĂN HÓA KHẢO CỔ: Prehistoric (archæological) cultural complex.
1540. (VĂN HÓA) KHU VỰC: Culture area.
1541. (VĂN HÓA) LOẠI HÌNH: Pattern of culture.
1542. VĂN HÓA MẢNH TƯỚC: Flake culture (Flake-and-blade industry).
1543. VĂN HÓA MU-XCHI-Ê: Mousterian (=Moustier) culture.
1544. VĂN HÓA NGOẠI LAI: External cultural influence.
1545. (VĂN HÓA) NỘI DUNG: Culture content.
1546. VĂN HÓA RÌU TAY: Hand-axe culture. *See* VĂN HÓA A-SƠ.
1547. VĂN HÓA SELƠ: Chellean culture.
1548. VĂN HÓA SINH THÁI HỌC: Cultural ecology.
1549. VĂN HÓA SƠN VI: Sonvian culture (pebble-tool industry preceding Hoabinhian).
1550. VĂN HÓA SÔPƠ: Chopper culture.

1551. VĂN HÓA TIỀN SELƠ: Pre-Chellean culture. *See also* THỜI KỲ TIỀN SELƠ.
1552. VĂN HÓA TIỀN SỬ Prehistoric culture.
1553. VĂN HÓA TINH THẦN: Non-material culture.
1554. VĂN HÓA TRƯỚC ĐỒ GỐM: Pre-ceramic culture.
1555. VĂN HÓA VẬT CHẤT: Material culture.
1556. VĂN HÓA XÔLUYTRÊ: Solutrean culture.
1557. VĂN KỲ: Late (*adj.*).
1558. VĂN MINH: Civilization.
1559. VĂN MINH ĐỒ ĐỒNG: Bronze Age civilization.
1560. VĂN MINH VIỆT CỔ: Proto-Vietnamese culture.
1561. VĂN NGHỆ DÂN GIAN: Folk arts.
1562. VĂN SỨC: Ornament; decoration.
1563. VÀNH TRANG TRÍ: Linear relief decoration, e.g. on bronze drums.
1564. VÀNG: Gold.
1565. VẬT CHẤT HỮU CƠ: Organic materials.
1566. VẬT CỔ: Ancient object.
1567. VẬT CÚNG: Votive object, ritual object.
1568. VÁT HAI BÊN: Bifacially flaked.
1569. VẬT HÌNH CỐC: Boot-shaped or pediform earthenware object (use unknown).
1570. VẬT KHẢO CỔ: Archæological object.
1571. VẬT LOẠI BỎ: Waste, refuse (from prehistoric tool-making).
1572. VẬT LƯỢM ĐƯỢC: Chance find; surface find. *See also* VẬT PHÁT HIỆN.
1573. VẬT MẪU: Model (of a drum to be cast in bronze).
1574. VẬT MẪU: Sample; specimen. *See also* TIÊU BẢN.
1575. VÁT MỘT BÊN: Unifacially flaked.
1576. VẬT PHÁT HIỆN: Chance find; surface find. *See also* VẬT LƯỢM ĐƯỢC.
1577. VẬT SÓT LẠI: Material remains.
1578. VẬT TÁNG: Burial gifts; burial goods; burial furniture.
1579. VẬT THÁNH: Ritual object; sacred object.
1580. VẬT THẬT: Artifact. *See also* HIỆN VẬT.

1581. VẾT DÙNG: Wear; use.
1582. VẾT GHÈ: Trace of flaking.
1583. VẾT HẠT LUÁ IN TRÊN THÀNH GỐM: Grain impression on pottery.
1584. VẾT LÕM ĐÔI: Paired grooves. See DẤU BẮC SƠN.
1585. VẾT MÒN: Trace of use (on a stone tool).
1586. VẾT TÍCH: Vestige.
1587. VẾT XƯỚC: Scratch; abrasion.
1588. VIỆN BẢO TÀNG LỊCH SỬ: Historical museum.
1589. VÒ: Big jar for storing water.
1590. VÒ CHÔN TRẺ CON: Burial jar for child burial.
1591. VÒ LÙN: Water-storage container.
1592. VỎ NHUYẾN THỂ: Mollusc shell.
1593. VỎ ỐC: Fresh-water shell.
1594. VỎ ỐC BIỂN: Sea-shell.
1595. VỎ PHẤN HOA: Outer wall of pollen grain.
1596. VỎ TỰ NHIÊN (CUỘI): Cortex, i.e. natural surface of stone left on pebble tool.
1597. VÒI: Spout.
1598. VOI MAMUT: Mammoth.
1599. VÒM MỘ: Burial mound (over brick tomb).
1600. VÒNG ĐEO TAY: Bracelet.
1601. VÒNG ỐNG CHÂN: Leglet, anklet worn on leg.
1602. VÒNG ỐNG ĐEO TAY: Armlet.
1603. VÒNG TAY BẰNG ĐÁ: Stone bracelet.
1604. VÒNG TRANG SỨC: Bracelet.
1605. VŨ KHÍ: Weapon.
1606. VŨ KHÍ NÉM: Weapon for hurling.
1607. VŨ KHÍ PHÒNG HỘ: Defensive weapon.
1608. VŨ KHÍ SĂN: Hunting weapon.
1609. VÙNG NGỤ CƯ: Settlement; habitation site.
1610. VÙNG SINH DƯỠNG; VÙNG THỰC VẬT: Vegetational zone, belt.
1611. VÙNG VEN SÔNG: Riverine environment.
1612. VƯỢN: Ape.

1613. VƯỢN DIN-DAN-TÔ-RƠ-POT-XƠ: Zinjanthropus boisei.

1614. VƯỢN DO-RI-O-PI-TE-COT-SO: Dryopithecus (tree-ape),

1615. VƯỢN HÌNH NGƯỜI: Anthropoid, anthropoid ape; anthropithecus; Pithecanthropus.

1616. VƯỢN HÓA THẠCH: Fossil ape.

1617. VƯỢN KEN-NI-A-PI-TÊ-CƠT-XƠ Kenyapithecus (Kenya ape), discovered by Louis Leakey at Fort Ternan (Kenya) in 1961. Some scholars refer to Kenyapithecus as a form of Ramapithecus or even of Dryopithecus. It is considered to be an upper Miocene representative of the Hominidæ, thus sharing its place with Ramapithecus.

1618. VƯỢN KHỔNG LỒ: Gigantopithecus ('Giant ape'), considered to be a pongid or the product of a very early aberrant branch of the Hominidæ. Only a few teeth and mandibles have been found — in China.

1619. VƯỢN NGƯỜI: Pithecine, i.e. man-like ape on the evolutionary line leading to man.

1620. VƯỢN NHÂN HÌNH: Ape-man, man-ape; anthropoid.

1621. VƯỢN ÔXTƠ-RA-LÔ-PI-TÊ-CƠT-XƠ: Australopithecus, *also called* VƯỢN PHƯƠNG NAM.

1622. VƯỢN PHƯƠNG NAM (GIỐNG): Southern Ape; Australopithecus.

1623. VƯỢN PHƯƠNG NAM (HỌ): Australopithecinæ.

1624. VƯỢN PHƯƠNG NAM BOISEI: Australopithecus boisei, formerly known as Zinjanthropus boisei.

1625. VƯỢN PHƯƠNG NAM PHI CHÂU. 'Southern Ape of Africa', Australopithecus africanus.

1626. VƯỢN PHƯƠNG NAM PƠ-RÔ-MÊ-TÊ-ƠT-XƠ: Australopithecus prometheus (refers to many specimens found by W. E. Le Gros Clark in 1947).

1627. VƯỢN PHƯƠNG NAM TRAN-XƠ-VA-A-LEN-DIT-XƠ: Australopithecus transvaalensis.

1628. VƯỢN RA-MA: ('Rama ape') Ramapithecus punjabicus, probably the earliest known hominid, a form in the process of adapting to ground feeding in open areas within the Tertiary forests of Asia and Africa.

1629. VƯỢN RUNG ĐƠ-RI-PI-TÊ-XIN-NƠ: Dryopithecinea (Family).

1630. VƯỢN RỪNG SI-VA: Sivapithecus, formerly classified as a sub-genus of Dryopithecines (Dryopithecus sivalensis and Dryopithecus indicus), now considered a genus.

GLOSSARY

1631. VƯỢN RỪNG THỜI MI-Ô-XEN: Miocene ape; Dryopithecus.
1632. VƯỢN RỪNG THỜI MI-Ô-XEN Ở Á CHÂU: Dryopithecus (Asia).
1633. VƯỢN RỪNG THỜI MI-Ô-XEN Ở ÂU CHÂU: Dryopithecus (Europe), includes D. fontani (France), D. laietanus (Spain), D. macedoniensis (Greece).
1634. VƯỢN RỪNG THỜI MI-Ô-XEN PHI CHÂU: Dryopithecus (Africa), includes D. africanus (formerly Proconsul nyanzæ) and D. major (formerly Proconsul major).
1635. VƯỢN UĐANÔPITEC: Udanopithecus.

X

1636. XA QUAY SỢI: Spindle-whorl (in clay). *Also called* BÁNH XE NHỎ BẰNG ĐẤT NUNG.
1637. XÁC ĐỊNH NIÊN ĐẠI: Periodization. *Same as* GIÁM ĐỊNH NIÊN ĐẠI.
1638. XĂM MÌNH: Tattoo.
1639. XÁO TRỘN (TẦNG ĐẤT BỊ): Disturbed soil or layer.
1640. XỈ ĐỒNG: Bronze waste, droplets spilt when molten bronze is poured.
1641. XỈ SẮT: Iron slag.
1642. XƯƠNG CHỈ SỐ DÀI CỔ XƯƠNG ĐÙI: Index of relative length of femoral neck.
1643. XƯƠNG CHỈ SỐ RỘNG ĐẦU XƯƠNG ĐÙI: Index of relative width of femoral head.
1644. XƯƠNG BÀN CHÂN: Metatarsus, metatarsal bones (bones of feet between tarsus and phalanges, i.e. between heel and toes).
1645. XƯƠNG BÁNH CHÈ: Patella (knee-cap).
1646. XƯƠNG CÁNH TAY: Humerus (upper arm-bone).
1647. XƯƠNG CHẬU: Ilium (hip-bone).
1648. XƯƠNG CHÁY: Charred bone.
1649. XƯƠNG CHÀY: Tibia (shin-bone, the larger of the two lower leg-bones).
1650. XƯỞNG CHẾ TẠO ĐÁ LỬA: Stone-tool workshop.
1651. XƯƠNG CHIM: Bird bones.
1652. XƯƠNG CỔ TAY: Carpus (wrist-bone).
1653. XƯƠNG CỐT NGƯỜI: Human skeletal remains. *Also called* HÀI CỐT.
1654. XƯƠNG CỘT SỐNG: Vertebral column.

1655. XƯƠNG CÙNG: Sacrum (lower part of vertebral column).

1656. XƯƠNG CỤT: Coccyx (lowest part of sacrum).

1657. XƯƠNG ĐÒN: Clavicle (collar-bone).

1658. XƯƠNG ĐỐT BÀN CHÂN: Tarsus (bones between lower leg bones and metatarsus, i.e. ankle-bones).

1659. XƯƠNG ĐỐT BÀN TAY: Metacarpal bones (bones of hand); metacarpus.

1660. XƯƠNG ĐÙI: Femur (upper leg-bone)

1661. XƯƠNG ĐÙI CỔ: Femoral neck.

1662. XƯƠNG ĐÙI ĐẦU: Femoral head.

1663. XƯƠNG GÓT CHÂN: Oscalcis; calcaneum (heel-bone).

1664 XƯƠNG HÀM DƯỚI: Jaw-bone; mandible.

1665. XƯƠNG HÓA THẠCH: Fossil bone.

1666. XƯƠNG HÔNG: Pelvis.

1667 XƯƠNG LỒNG NGỰC: Thorax (chest).

1668. XƯƠNG MÁC: Fibula (the smaller of the two lower leg-bones).

1669. XƯƠNG MU: Pubis.

1670. XƯƠNG NGỒI: Ischium (lowest part of the pelvis).

1671. XƯƠNG NGÓN CHÂN: Phalanges (toe-bones).

1672. XƯƠNG NGÓN TAY: Phalanges (finger-bones).

1673. XƯƠNG QUAY: Radius (the outside lower arm-bone).

1674. XƯƠNG SÊN: Astragulus (ankle-bone, part of tarsus or foot-bones, forming joint with tibia; also wrongly called knuckle or knuckle-bone).

1675. (XƯƠNG) SỤN: Cartilage.

1676. XƯƠNG SƯỜN: Ribs.

1677. XƯƠNG TRỤ: Ulna (the inside lower arm-bone).

1678. XƯƠNG ỨC: Sternum (breast-bone).

1679. XƯƠNG VAI: Scapula (shoulder-blade).

ENGLISH INDEX

A

A.D., 218
Abbevillian stage, 1411
Aboriginal(s), 225, 226, 941, 1378
Aborigine, 249, 1378
Abrasion, 1587
Abri site, 835
Absolute date, 1017
Accessories, 458
Acculturation, 523, 1110, 1523
    process of, 1527
Acheulian
    culture, 1520
    hand-axe, 1150
    stone-tool tradition, 1410
Aquisition economy, 746
Acrocranial breadth-height (cranial)
    index, 1226
Adze, 77, 79
    butt of, 463
    quadrangular, 1151,
        large, 237
    shouldered, 238
    stepped, 78
    see also Axe, Axe or Adze
Aerial photography, 1361, 1363
Age (epoch), 1384
    Golden, 670
    of barbarism, 1386
    of flaked stone tools
        (Palæolithic), 1392
    of polished stone tools
        (Neolithic), 1394
    of savagery, 1405
    see also Bronze Age, Iron Age,
        Metal Age, Stone Age, etc.
Agricultural
    implement, 1027
        early, made of stone or wood,
            210
    society, 220,
        archetype of, 727
Agriculture, 1033
    archetype of, 727
    digging stick-, 1030
    highland, 1032, 1035
    hoe-, 1029
    irrigation-, 1037
    plough-, 1028
    rice, 1038
    slash-and-burn, 368, 1031
    swamp, 1036
Alignment, (megalithic) stone, 1118
Alloy, 680
Alluvium, 76,
    or alluvial, 76, 369
Almond-shaped unifacially flaked tool,
    200
Alveolar, 1324,
    (cranial) index, 1235
    profile angle (cranial
        measurement), 1177
    prognathism, 429
Analysis, typological, 791
    see also Petrological, Pollen,
        Soil, Spectographic
Anatomy, skeletal, 517
Ancestor worship, 1464
'Ancient brick tomb', 881
Ancient history, 165
'Ancient man', fossilized bones of, 619

Ancient object, 1566
'Anchor-shaped' decorative motif, 643
Angular-hooked decorative pattern, 667
'Animal dress' figures decorating
    Dongson drums, 623
Animal,
    bones of, 310,
        fossilized, 618
        domesticated, 515
Ankle-bone, 1674
Anklet, 1601
Annals, 51
    Court, 121
Antediluvian, 1454
Anterior inter-orbital breadth (of skull), 1278
Anthropithecus, 1615
Anthropogenesis, 981, 1104
Anthropoid(s), 72, 1615, 1620
Anthropoid ape, 1615
Anthropologist, 988
Anthropology, 997
    physical, 998,
    of ancient man, 159
Anthropometrical, 1444
Anthropometry, 999
Anthropomorphic
    hilt of dagger, 91
    motif, 1483
    stone figurine, 1511
Anthroposcopy, 888
Antique, 153
Antiquity, 153, 1382
    high, 1445
Antler tool, implement, 180
Ape, 1612
    Australopithecinæ, 1623
    Australopithecus, 1622
        africanus, 1625
        boisei, 1624
        prometheus, 1626
        transvaalensis, 1627
    Dryopithecus, 1631-4
    erect walking man-, 970
    fossil, 1616

    'giant', 1618
    Kenya, 1617
    Man-ape, 14, 967, 1620
    man-like, 1619
    Miocene, 1631
    'Rama', 1628
    Sivapithecus, 1630
    'Southern' (Australopithecus), 1622
    tree-, 1614
    Zinjanthropus boisei, 1613, 1624
Ape-man, 967, 1620
Appearance, sudden, 1073
Appliqué, 633, 636
Approximate date, 1019
Arbalest, 920
Archæological
    'content', focus, assemblage, 1023
    cultural phase, 516
    evidence, 113
    field survey, 313
    find, 305,
        valuable, 307
    indicator, 113
    layer or stratum, 409
    object(s), 589, 1570
        collection of, 1342
    periodization, 1064
    site, 292, 398, 710
    survey, 411
    term, terminology, 1439
    time, 1011
    unit, 469
Archæologist, 984
Archæology, 695
    field, 410, 1092
    history of, 781
    prehistorical, 696, 1457
Archæomagnetics, 169
Archæomagnetism, 170
Archæobotany, 1441
Archæopteryx, 120
Archæornis, 119
Archanthropus, 978
Archetype, 151, 258

Area,
    culture, 714, 1540
    excavated, 312, 315
    of distribution (population), *or*
        of dispersion (artifacts), 316,
        396
    of occupation, 395
Arm-bones, 1673, 1677
Armlet, 1602
Arrow, 1356
    notched base of, 497
    poisoned, 1357
Arrowhead(s), 913
    bone, 916
    bronze, 915
        cache of, 704
        three-winged, 914
    point of, 382
Artifact(s), 305, 454, 589, 1580
    area of dispersion of, 316, 396
    bone, 310, 594
    bronze, 304
        resembling a brush, 324
    discards, 1075
    distribution of, 1468
    edge-ground, 593
    of foreign origin, 306
    pebble, parallel grooves on, 284
    stone,
        with 'Bacsonian marks', 677
        natural surface on otherwise
            worked, 318
        typical, 212, 308
'Artifact in form of a glass' (pediform),
    592
Arts, folk, 1561
Ash layer, 1351
'Asiatic mode of production', 1099
Assemblage,
    archæological, 1023
    of finds, 708, 1471
Assimilation (cultural), 476
Association, 461
    (group), 672, 1090
Asterion, 1320

Astragulus, 1674
Astrology, 1438
Atlanthropus, 939
    mauritanicus, 945
Aurignacian man, 962
Australian 'race', 139
Australoid, 794
Australo-negroid, 361, 795
Australopithecinæ, 1623
Australopithecus, 1621, 1622
    africanus, 1625
    boisei, 1624
    prometheus, 1626
    transvaalensis, 1627
Austro-Asiatic ethnic type, 1004
Austro-Mongoloid, 138
Autochthonous culture, 11, 1522
Autochthons, 940
Awl, 325
    bone, 328
    stone, 326
Axe(s), 826, 1141
    'Bacsonian', with polished cutting
        edge, 1132
    bifacial Acheulian, 1150
    bronze,
        mould for casting of, 719
        socketed, 1154
        socketed pediform, 1152, 1153
        socketed symmetrical, 1133
    butt, 463
    hand-axe, 1149,
        culture, 1546
    pebble, 1148
    pediform, 1134, 1143
    shouldered axe industry, 1535
    socketed (metal), 1135
    stone edge-ground, 1144
    'trapezoid-shaped', symmetrical,
        1140
    unifacially flaked short, 1146
    wholly polished, 1145
Axe or Adze,
    bone, 1155
    butt of, 463

double-shouldered, 1138
handle of, 92
pen-shaped, 1139
prehistoric ('thunderbolt'), 824
shouldered, 1137
shouldered stone,
   with bevelled, rounded cutting edge, from Bien-Hoa, 827
stone,
   trunnioned, 1136
   unfinished, 1050
see also Adze

B

B.C., 217
Bac-Son, 8
   small clay incised tablet from, 590
   'human-face' pebbles from, 676
'Bacsonian Axe', 1132
Bacsonian culture, 1521
'Bacsonian marks', 8, 284, 849, 1584
   on stone artifact, 677
Baluster-shaped
   bronze vessel, 66
   (glazed) pottery vessel, 67
Bamboo, mineralized, 1486, 1487
'Bamboo-leaf-shaped' bronze dagger, 266
Barb of harpoon, 932
Barbarism, 1467
   Age of, 1386
Barter, 464, 465
Base, e.g. of a vessel, 386
'Base soil', 375
Basi-nasal length (of skull), 1257
Basin,
   (usually for liquid), 104
   footed bronze, 6
Basion, 1323
Basion-bregma height (skull measurement), 1243
Basket,
   shallow circular, for carrying food, 1156
   more tightly-woven, for use as sieve, 1122
   pole-slung, for rice, 1443
   shallow, two-handled, for transport of soil, 1337
   small deep, for fish, 528
Basket-shaped bronze container with lid, 1370
Basketry, 426
Baton de commandement, 500
'Battle-axe', 1134
Bead(s),
   baked clay, 571
   barrel-shaped, 573
   jade, 574
   made from human tibia, 572
   stone, 570
Beaker, 62
Beater, for impressing decoration on clay, 12, 13
Bell, 993
   bronze, 142
      cylindrical, 144
      with lenticular cross-section, 143
      with truncated conical body of oval cross-section, square top, 145
   small, 146, 813
Belt-hook, bronze, 705
'Beautiful stone' (quartz), 1358
Bi-asterionic breadth (of skull), 1267
Bi-auricular breadth (of skull), 1277
Bi-condylar breadth (of skull), 1273
Bien-Hoa,
   shouldered stone axe or adze from, 827
   stone chisel or gouge from, 490
Biface, 1149
Bifacially flaked, 505, 822, 840, 1568
Bi-gonial breadth (of skull), 1269
Bi-maxillar breadth (of skull), 1280
Bi-orbital breadth (of skull), 1275
Bi-parietal breadth, maximum, 1283

Bird bones, 1651
Bird motif (on bronze objects), 1508
Bi-zygomatic breadth (of skull), 1274
Blade, 1077
    dagger, 1079
    knife, 1078
    Levalloisian, 1080
    serrated, 1081
Blade-tool industry, 201
Bleeper, for surveying, 865
'Block-on-block' flaking method, 508
Blood group, 1006
Blowpipe, 1044
Boat motif, 644
Boat-shaped coffin, 1447
Body ornaments, 458
Bog, 478
Bola, 290
Bone(s),
    animal, 310
    bird, 1651
    fossilized
        animal, 618
        of 'ancient man', 619
        of mammal, 485
    charred, 856, 1648
    fragment of, 855
    inscription(s) on, 525, 683
    of fossil, 1665
    of skeleton, 1644-79
Bone
    arrowhead, 916
    artifact(s), 310, 594
    awl, 328
    axe or adze, 1155
    carvings, 1513
    gouge chisel, 496
    hairpin, 1479
    harpoon, 911
    implement, 215
    industry, 749
    needle, 739
    tool, 460
    -tool culture, 1531

Boring (for pre-excavation examination of site soil), 1362
Bottom, e.g. of a vessel, 386
Bow, 1020
    (small), 232
Bowl,
    ceramic, 41
    shallow, 4
    footed, 38, 173
        high footed, 39, 172
    lacquer, 43
    shallow, 40
    ting, 1516
Bracelet, 1600, 1604
    fragment of, 854
    stone, 1603,
        disk for making, 559
        technique of sawing, 707
Brachycephalic, 383
Brachycephalic cranial index, 1229
Brachystaphyline palatal index, 1196
Brachyuranic (brachy-uranic) maxillo-alveolar index, 1186
Brain
    capacity, 332
    case, 681
    volume, 1290
Brass, 471
Breadth-height (cranial) index, 1225
    acrocranial, 1226
    metricranial, 1233
    tapeinocranial, 1232
Breast-bone, 1678
Bregma, 1313
Bregma-lambda
    arc (skull measurement), 1246
    cord (skull measurement), 1262
Brick tomb, 882
Bronze, 471
    patina on, 511
    'red bronze', 475
Bronze
    artifacts, 304
    baluster-shaped vessel, 66
    belt-hook or buckle, 705

buckle, 705
'brush', 10, 324
casting, 492
   lost wax method of, 766
   mould for, 718
   mould for axes, 719
   technique, 86
clapper, 992
cylindrical covering on spear shaft, 1043
dipper, 917
fish-hook, 815
footed basin, 6
gouge chisel, 495
implement ('burin with eight teeth'), 493
kettle, 1
(oil) lamp, 391
lamp stand, 99
lidded container for liquids with handles, 65
object, 430
   oval, presumed to be ploughshare, 816
'rattle', i.e. small bell, 813
seal, 2, 1488
shield, 1344
sickle, 782, 820
situla, 105
socketed implement, 926
tool used as spike or punch, 494
spearhead, 522, 910
   Thieu-Duong type, 524
tao-knife, 267, 268
ting bowl, 1516
urn, skull burial in, 126
vessel
   spittoon-shaped, 1377
   three-legged, 1024
waste, 229, 845
   droplets, 1640
'wide chisel', 489
see also Arrowhead, Axe, Dagger, Drum, Knife, Mirror
Bronze Age, 477, 1397

(Late), 1400, 1403
Bronze Age
   burial, rice grain remnant from, 1381
   civilization, 1559
'Brush', bronze, 10, 324
Bucket-shaped vessel, 105
Buckle, bronze, 705
Buddhist rosary, 141
Bulb of percussion, 286, 860
   on stone flakes, 1515
Burial, 124, 837, 889
   for preservation, with coffin and sarcophagus, 871
   jar burial, 127
   joint, collective, 874
   joint double, 875
   joint-jar, 894
   open-air, 1349
   secondary, 89, 873
      coffin for, 63
   simple shallow, 124
   skull burial in bronze urn, 126
   water, 1349
Burial
   ceramics, 418
   custom(s), 1087, 1505
   furniture, 1578
   gifts, 1514, 1578
   goods, 448, 1578
   ground, 9, 712, 936
   hypogeum, 887
   jar, 95, 1116, 1517,
      for child burial, 1590
   mound (over brick tomb), 1599
   pits, in kitchen middens in Nghe-Tinh province, 604
   position
      crouched, 132
      extended prone, 131
      extended side, 129
      extended supine, 130
      flexed, 128
   rites, 777
   sarcophagus, 871

site, 877
vault, 711
'Burial by water', 1349
Burin, 270, 908
    lateral, 272
    micro-, 271
    multi-faceted, 274
    stone, 491
        terminal, 273
    'with eight teeth', 493
Burnish (v), burnished, 834
Burnishing, 365
    (of pottery), 770
Burnt soil, 372
Butt of axe or adze, 463

C

C-14 (dating method), 82, 84
Cache of bronze arrowheads, Co-Loa, 704
Calcaneum, 1663
Calendar, Christian, 216
Canine (teeth), 1127
Carbonized seeds, 569, 575
Carpus, 1652
Cartilage, 1675
Carvings, bone, 1513
Casting, bronze, 492
    see also Bronze casting
Category (taxonomic), 60
Cave(s), 472, 566
    limestone, 567
Cave dwelling, 228
Cave (site), 300, 565
'Celestial stone', 1376
Celt (implement), 1141
Cemetery, 9, 936
Cenotaph, 49
Cephalic index, 117, 1171, 1227
Ceramic
    beads (baked clay), 571
    bowl, 41
        shallow, 4

coffin, 1116
container, 431
    pediform, 97, 100
incense burner, 42
object with two or more legs, 434
peg for fixing tiles, 414
pellets, 48
spindle-whorl, 31, 320
spoon, 919
steamer, 122
tray, 697,
    on three small legs, 698
tripod, 413
waste, 440
whiteware, fine, 546
vessel, 1021
    knob or handle on rim of, 532
Ceramics, 433, 535
    ceremonial, burial, 418
    hardness of, 417, 452
    paste texture of, 536
    permeability of, 455
'Cereal-grain' decorative motif, *see* Grain
Chalcolithic, 1402
Chamærrhine nasal index, 1192
Chamæconch orbital index, 1221
Chance find, 1572
Change, cultural, 1524
Characteristics,
    dental, 358
    morphological, 355
        of skeleton, 359
        of skull, non-metrical, 356
    of transitional cultural stages, 1466
Charcoal, 863, 1367
    'dating by', 864
Charcoal fill, 1123
Charcoal identification, 518
Charred bone, 856, 1648
Chellean (Chelle), 1427
    Culture, 1547
    Pre-Chellean
        culture, 1551

period, 1430
Chimpanzee, 701
Chinese coins, 482, 483
Chip, chips, 1075
    stone, 853
Chipping floor, 222, 397
Chisel,
    bone gouge, 496
    bronze gouge, 495
    'hollow', 495
    stone, 490, 491
    'pointed chisel', 494
    'wide', 489
    see also Burin
Chopper, 102, 187, 191
    crudely flaked, 183
    end, 186
    pebble, 1148
Chopper culture, 1550
Chopping-tool, 102, 187, 191,
    pebble, from Sonvian sites, 202
Christian calendar, 216
Chronological
    chart, table, 29, 1083
    sequence, 50, 1368
    system, 88
Chronology, 50, 1010, 1014
Chronometric dating techniques, 768
Circle, concentric, decorative motif, 664
Circle-and-tangent pattern, 665
Cire perdue method of bronze casting, 766
    see also Bronze casting, Lost wax
Civilization, 1558
    Bronze Age, 1559
Civilized, 1518
Clactonian flake, 852
Clam-shell, tool or implement of, 179
Clan, 1470
Clapper, bronze, 992
Class (taxonomic), 799, 931
Classification, classificatory scheme, 1051
    genealogical, 1066

functional, 1065
Clavicle, 1657
Claw scraper, 278
Clay, 376
    loam, 1348
    model of Han farm-house, 19
    net-sinker, 112
    paste, 1084
    pellet, 364
    seal, 3
    spindle-whorl, 1636
    tablet, incised, 590
    vessel, three-legged, 1025
    see also Figurines, Models
Cleaver, 184
Club, 147,
    wooden, 148, 502
Co-Loa,
    cache of bronze arrowheads found in, 704
    three-winged arrowhead typical of, 914
Co-Loa tiles, 541,
    pattern on, 651
Coccyx, 1656
Cock figurines, 1509, 1510
Coffin, 1112
    boat-shaped, trough-type, log-shaped, 1447
    ceramic, 1116
    charcoal fill around, 1123
    earthenware, for secondary burial, 63
    filling for, 871
    wooden, 886, 1115
        boat-shaped, 1117
        trough-type, log-shaped, 1113
Coiling technique for pottery, 761
    pottery made by, 436
Coin(s),
    valued at half a *sapèque*, 481
    sapèque, 480
    Wang-Mang type, 483
    Wu-shu type, 482

Collection of archæological objects, 1342
Collar-bone, 1657
Community, 1119
Comparative study, 466
Concave, 287, 388
Conchologist, 987
Conservation, cultural, 32
Container,
    bronze, basket-shaped with lid, 1370
    ceramic, 431
    for water storage, 1591
    see also Basket
Contemporaneous, 474
Content, culture, 1545
Continuity,
    cultural, 1538
    in cultural elements, 682
Contour plan, 64
Conventionalization, 1462
Convex, 288, 389
'Cooking with stones' method of heating food, 927
Copper, 471
    'red bronze', 475
Copper Age, 1398, 1399
Coprolite (petrified or dried fæces), 245
Cord-marked, 646, 652
    pottery, 443
Cord-marking, fine, 661
Cord-marking technique, 634
Cord-marks, 634
    on vessel, 289
Corded ware, 443, 552
Core,
    discoid, 798
    stone, 558, 796
    'tortoise' or 'levalloisian', 797
    used in casting bronze drums, 720
Core implement or tool, 196
Corpse, 1372
Correlation of strata, 407
Cortex, 318
    of pebble tool, 858, 1596

Cranial
    capacity, 1290
    index, 117, 1171, 1227
        brachycephalic, 1229
        dolichocephalic, 1228
        hyper-brachycephalic, 1230
        mesocephalic, 1231
    length, maximum, 1260
    measurements, 1172-1288
    morphology, 597
    suture, 1291
Craniometry, 425, 1236
Cranioscopy, cranioscopic, 1289
Cremation, 616, 1373
Crescent-shaped
    flake 'scraper', 198
    ornament, 721
Cro-Magnon Man, 944
Cromlech, 353
Cross-bow, 920, 1020
Cross-dating, 1012
Cross-section, 1473
Crouched (burial) position, 132
Crudely finished, 836
Cult, fertility, 1463
Cultivated soil, 371, 800
Cultivation, 94, 321
    by hoe, 1029
Cultural
    assimilation (cultural), 476
    change, 1524
    complex, prehistoric, 1539
    continuity, 682, 1111, 1538
    continuum, 1538
    diffusion, 1472, 1523
    ecology, 1548
    influence, external, 1544
    inheritance, 1537
    interaction, 523, 1534
    phase, archæological, 516
    process, 1106
    relativism, 133
    remains, 309, 1345
    survival, 32

Culture, 1519
    Acheulian, 1520
    ancient, 1525
    autochthonous, 11
    Bacsonian, 1521
    bone-tool, 1531
    Chellean, 1547
    Chopper, 1550
    Dongsonian, 1533
    flake, 1542
    Ha-Long, 1535
    hand-axe, 1546
    indigenous, 1522
    material, 1555
        diffusion of, 1472
    Megalithic, 1526
    non-material, 1553
    pattern of, 1541
    pebble industry, 1528
    pre-ceramic, 1554
    pre-Chellean, 1551
    prehistoric, 1525, 1552
    Proto-Vietnamese, 1560
    Solutrean, 1556
    Stone Age, 1530
    see also under individual cultures
Culture
    area, 714, 1540
    content, 1545
    layer, 806, 1353, 1529
    stages, transitional,
        characteristics of, 1466
    trait, spread of, 929
Cup, stemmed, stem- , 38, 173, 379
    high, 39, 172
Custom(s), burial, 1087, 1505
Cutting, 606
Cutting tool, 103

D

Dacryon, 1321
Dagger,
    anthropomorphic hilt of, 91

    blade of, 1079
    bronze, 265
        bamboo-leaf-shaped, 266
        with perforated bulbous handle,
            263
    'Onion-shaped hollow bronze hilt'
        of, 264
Dagger guard, 101
Dating, 1012
    absolute, 1017
    approximate, 1019
    cross-, 1012
    exact, 1018
    lowest limit of, 918
    of rocks by Potassium/Kalium-
        Argon method, 1097
    on stratigraphical evidence, 1091
    relative, 1016
    starting point, 1130
    terminating point, 1129
    upper limit, 1336
'Dating by charcoal', 864
Dating methods, technique, 1013
    by chronometric technique, 768
    fission-track method of, 1094
    of skeletal material by fluorine
        test, 1095
    Potassium-Argon, 83, 1097
    radiocarbon, 82, 84, 864
    radiometric method of, 1096
    thermoluminescence method, 1001
'Dawn stone', 1435
Decoration, 415, 1482, 1562,
    'animal dress', on Dongson drums,
        623
    appliqué 633, 636
    circle-and-tangent, 665
    cord-marked, 646, 652
    dotted-line, 650
    'fabric impression', 647
    grain impression on pottery, 1583
    'honeycomb' pattern, 663
    incised, 637
        technique of, 684, 1093
    linear relief, 311, 1563

mat-impressed, 635, 653, 658
    on inside (of pottery vessel), 1485
    raised design or cordon pattern, 655
    stamped, on pottery, 283
    surface treatment preceding, 621
Decorative motif, *see* Motif
Deformation (of bones or skull), 53
    artifical, 56
    by earth pressure, 55
    through pathological causes, 54
Deluge, 362, 809
Dendrochronology, 1098
Dental characteristics, 358
Dental index, 116
Dentition, 73
Determinism, ecological, 1450
Diffusion of material culture, 1472
Diffusionism, 1523
Digging stick, 501
Digging-stick agriculture, 1030
Diluvial Age, 1408
Diluvium, 362, 809, 1408
    Ante-, 1454
Diluvial epoch, 362
Dipper, bronze, 917
'Dipper in form of a pipe', 499
'Direct rim' pottery, 437
Discoid core, 798
'Discoidal implement with cutting edge all around', 925
Discoidal unifacially flaked implement, 199
'Discontinuous morphological traits' (of skull), 1249
Discovery, discovered, 1071
Disk,
    polished, 402
    stone,
        to be hollowed out into bracelet, 559
        core so hollowed out, 798
Distinguishing mark, 357
Distribution, 1055
    of artifacts, 1468, area of, 316, 396
    of population, 1059, area of, 316, 396
Disturbed soil or layer, 1639
Dolichocephalic, 380
    type, 731
Dolichocephalic cranial index, 1228
Dolichocephaly, degree of, 1265
Dolichomorph, 733
Dolichuranic (dolicho-uranic) cranial index, 1185
Dolmen, 878
Domesticated animal, 515
Domestication, 1436, 1437
Dong-Dau period pottery, parallel-line decoration on, 654
Dongson
    drums, *see* Drums
    tomb, 880
Dongson-style
    house, 986
    pile dwelling, 990
Dongsonian culture, 1533
Dotted-line
    decorative motif, 627
    pattern, 627, 650
    'necklace bead motif', 893
Drill, 325
Drilling in manufacture of stone implements, 758
Drum(s), 993
    body (middle part) of, 1495
    bronze, 473
    core used in casting of, 720
    Dongson,
        'animal-dress' figures on, 623
        feather head-dress depicted on, 624
        frog figurine on, 171, 600
    kettle drum', 'rain drum', 1491
    tympanum of, 861
    type... (Heger classification), 1492
    wooden model used in manufacture of, 17

'leather', 1489
  lower part of, 1490
  middle part of, 1495
  miniature replicas of (grave
    goods), 1496
  model of (for casting in bronze),
    1573
  tympanum of, 1493
  upper part of, 1494
Dry-rice economy, 743
Drying (of pottery), 1085, 1360
Dryopithecinea, 1629
Dryopithecus, 1614, 1631
  (Africa), 1634
    africanus, 1634
    major, 1634
  (Asia), 1632
  (Europe), 1633
    fontani, 1633
    laientanus, 1633
    macedoniensis, 1633

E

Ear ornament, 1481
Ear-peg or plug, 614
Ear-ring, 1481
  circular stone, with four
    protruding motifs, 615
Early ..., 1329
Early Neolithic, 346
Early Palæolithic, 1330
Earthenware, 539
  pediform objects of, 1569
Ecological determinism, 1450
Ecology, cultural, 1548
Economy,
  different sorts of, 740-6
    agriculture, prototype of, 727
    fishing, prototype of, 726
    gathering, 741
      prototype of, 728
    hunting, prototype of, 729
  of acquisition, 746

Ecosystem, 584
Ecotype, 732
Edge-ground artifact, 593
Endocranial volume, 332
Endomolare, 1317
Eneolithic, 1388
Engobe, 5
Environment,
  riverine, 1611
  vegetational, 75
Eoanthropus dawsoni, 942
Eocene, 1421
Eolith, 349, 1435, 1448
Eolithic, 1395
Epée, 723
Epipalæolithic, 1426
Epoch, 1384, 1409
Era, 750, 1384
'Erect walking Man-ape', 970
Ethnic, 1470
  groups, history of, 780
  map, 613
  -origin legend, 1501
  subdivisions, 1057
  type, 725
    Australian, 139
    Austro-Asiatic, 1004
    Austro-Mongoloid, 138
    Indonesian, 1003
    Melanesian, 137
    Pacific, 140
    Polynesian, 1005
Ethnobotany, 257, 1442
Ethnogenesis, 980
Ethnography, 994
  applied, 256
  comparative, 255
  field, 253
  general, 251
  palæo-, 254
  regional, 252
Ethnohistory, 779
Ethno-linguistic map, 613
Ethnology, 136, 250, 995
Euryene (superior facial index), 1211

Evolution, 149, 1074, 1105
Evolutionary, 149, 1074
    process, 1105
    sequence, 598
    spread, trend, 1000
Exact date, 1018
Excavated, unearthed, 1071
    area, 312, 315
Excavation, 685
    archæological, 690
    grid, 693
    in layers, 692
    licence for, 526
    trench, 691
    trial, 689, 1364
    selective, 686
    small-scale, 688
    surface, large-scale, 687
Excavator, 951

F

'Fabric-impression' on pottery, 647
    'Textile marks' on vessel, 289
Fabricator, 110, 188
Facial breadth, upper, 1281
Facial (cranial) index, 1201 (*see also* Superior facial index),
    euryprosopic, 1205
    hyper-euryprosopic, 1204
    hyper-leptoprosopic, 1203
    leptoprosopic, 1202
    mesoprosopic, 1206
Facial height, 1238
    upper, 1239
Facial (or foraminal) length, 1256
    lower, 1255
Facial profile angle (cranial measurement), 1178
    hyper-orthognath, 1180
    hyper-prognath, 1182
    mesoprognath, 1181
    orthognath, 1179
    prognath, 1183

Family,
    (clan), 1470
    (taxonomic), 603, 931, 1054
Fan-shaped flake scraper, 203
Farmhouses, Han clay models of, 19, 885
Fauna, 259, 583
Faunal
    remains, 299
        sedimentary, 1477
        specimen, 1460
Feature, distinctive, 357
Features,
    geomorphological, 403
    morphological, 595
    stratigraphical, 406
Femoral
    head, 1662
        relative width of, 1643
    neck, 1661
        relative length of, 1642
Femur, 1660
Fertile soil, 800
Fertility
    cult, 1463
    rites, 935
Fibula, (brooch), 738; (bone), 1668
Field, wet-rice, 1446, *see also* Rice-field
Field archæology, 410, 1092
Figurine(s), 1507
    clay,
        cock, 1510
        head of cock, 1509
        zoomorphic, 1512
    frog, on bronze drums, 171, 600
    stone anthropomorphic, 1511
    see also Statuettes
Find, surface, chance, stray, 1072, 1434, 1576
Finds,
    assemblage of, 708
    association of, 1471
Finger, bones of, 1672

Finishing,
    crude, 836
    of stone tool, 838
Fire, traces of, on occupation floor, 372
Firing (of pottery), 1041
Fish-hook,
    bronze, 815
    stone, 814
Fishing, 366
    economy, archetype of, 726
Fission-track dating method, 1094
Flake, 503, 851
    -and-blade industry, 1542
    blade-tool industry, flakes constituting, 201
    Clactonian, 852
    Levalloisian, 189
    small fragment of, by-product of manufacture of geometric microliths, 327
    stone, 842
Flake
    scraper,
        fan-shaped, 203
        crescent-shaped, 198
    tool, 214, 851
    waste, 248
        stone, 850
Flake (flaked) surface of stone implement, 314
Flaked, 503, 839
    bifacially, 505, 822, 840, 1568
    unifacially, 506, 823, 841, 1575
    pebble tool, 1142
    rough-out' axe or adze before being polished, 1050
    stone, 420
Flaking, 503, 839
    'block-on-block', 508
    primary, 507, 509, 1049
    secondary, 504, 769
    trace of, 1582
Flaking technique for stone implements, *see* Technique

Flandrian fall in sea level, 59
Flange, 533, 868
Flask, 921
Flat (adj.), 387
Flexed (burial) position, 128
Flint, *see* Silex
Flora, 260, 588
Floral remains, 303
Floral specimen, 1461
'Flower-form' motif, 639
Fluorine test, 1095
Folk arts, 1561
Food-gathering economy, 740
Food-producing economy, 745
Food residue, 7, 1440
Footed
    bowl, 38, 173
        high, 39, 172
    bronze basin, 6
    vessel, pottery, 435
Foramen magnum (skull measurement), 1254
Foramen magnum breadth (of skull), 1279
Foramen magnum length-breadth (cranial) index, 1198
Foramen mentalia breadth (skull measurement), 1251
Foraminal breadth, 1279
    length (of skull), 1256
Fossil(s), 301, 617
Fossil, fossilized, 617
    animal bones 618
        mammal, 485, 790
    ape, 1616
    bone, 1665
    bones of 'ancient man', 619
    hominids, 949
    pollen, 35
    remains, 301
    wood, 534
Foundry, 786
Fowl, domesticated, 513
Fragment, of bone, 855

Frog figurine decoration on bronze drums, 171, 600
Frontal arc (skull measurement), 1248
Frontal arc (of skull), 1264
Frontal breadth (of skull), minimum, 1284
Fronto-orbital (cranial) index, 1234
Funerary rite(s), 778, 1350
Functional classification, 1065
Furnace, 786

G

Garbage, 302
Gathering, 563
Gathering economy, 741
    archetype of, 728
Genealogical classification, 1066
Genealogy, human, 1082
Genus (taxonomic), 531, 931
Geochronology, 405, 1015
Geological situation of a given area, 74
Geometric pattern, motif, 641, 642
Geomorphological, geomorphological features, 403
Geomorphology, 404
'Giant ape', 1618
Gigantopithecus, 1618
Glabella, 1310
Glabella-inion length (of skull), 1258
Glabella-lambda length (of skull), 1259
Glaciation, 24, 1413
    first, 1420
    Günz, 25
    'last', 1412
    Mindel, 26
    Riss, 27
    second, 1423
    third, 1424
    Würm, 28, 1412
Glaze, 5, 246, 867
    (on ceramic surface), 246
Glazed, 246
    pottery, 442

Glutinous rice, 928
Gnathion, 1319
'Goddess stones' from Japan, 676
Gold, 1564
Golden Age, 670
Gong, 177
Gonion, 1322
Gorilla, 702
Gouge, stone, 490
Gouge chisel, 495
    bone, 496
Grain,
    'cereal grain' decorative motif, 656
    grain impression decoration, 1583
    impression on pottery made by, 576
    of pollen, 577
Granite, 340
Grave, 895
    'mixed material', 886
Grave goods, 448, 1514
    Han clay model farmhouses as, 885
    small replicas used as, 870
    see also Burial
Gravel(s), river, 1335
Gravel filling, 871
Greenstone (e.g. serpentine, olivine, jade, nephrite), 354
Grey ware, 554
Grid excavation, 693
Grinding stone, 15, 679
    grooved, 16
Grooves, parallel, on pebble artifacts, 284, 849
Ground stone tool, 421
'Growth study', 1452
Guard, of sword or dagger, 101
Guilloche, 660
Günz glaciation, 25, 1420

H

Ha-Long culture, 1535

'Ha-Long marks', 16, 285
Habitat, 896
    first human, 713
Habitation site, 293, 1026, 1609
Hachereau, 184
Hæmatite, 231
Hairpin, 1475
    bone, 1479
Halberd, Chinese, 832
    ko, 1102
Hallstatt (Austrian site), 568
Hammer, 80
Hammer-stone, 107, 110, 678
Hammer-stone flaking technique, 765
Han-period
    model of farmhouse, 19, 885
    tomb, 881, 884
        with compartments additional
        to main burial chamber, 883
Hand, bones of, 1659
Hand-axe, 1149
    Acheulian, 1150
    culture, 1546
Hand-fashioned pottery, 551
Handle, 1109
    on rim of ceramic vessel, 532
Hardness of ceramics, pottery, 417,
    452
Harpoon, 775
    barb of, 932
    bone, 911
Head-dress, 1480
    feather, depicted on Dongson
    drums, 624
Hearth,
    portable pottery, 46
    'primeval', 47
Heating rate of firing pottery, 450
Heavy-duty tool, 206
Heel-bone, 1663
Heidelberg Man, 947
Height, personal, 394
'Herbalist's' knife, 261
Highland agriculture, 1032, 1035

Hilt,
    bronze, of dagger, 264
    of sword, 462
'Hinge' characteristics, 1466
Hip-bone, 1647
Historical
    legend, 168, 1366
    time, 1011
History,
    ancient, proto-, 165
    of ethnic groups, 780
    official, 121
    oral, 1339
Hoa-Binh, Hoabinhian
    culture, 1536
    short axe typical for, 1146
    scraper-like implement from, 925
    stone 'knives', 182
Hoa-Loc,
    Hoa-Loc quadrangular adze, 237
    pottery with 'flower-form' from,
        639
    pottery with 'mosquito-larvæ'
        pattern from, 638
    pottery with 'water drop' pattern
        from, 640
    stone spearhead from, 521
Hoe, 233, 817,
    iron, 239
    stone, 234
        'primitive' 238
        shouldered, 236
        stepped, 235
Hoe agriculture, cultivation, 1029
Hole, post-, 785
Hollow (adj.), 388
Hominid(s), 938
    fossil, 949
    Middle Pleistocene, 965
Hominid, hominidæ, 938
Hominidæ, 607, 938
Hominization, 996
Hominoidæ, 609

Homo
    erectus, 970, 972, 974
    erectus robustus, 977
    habilis, 952, 966
    heidelbergensis, 943
    modjokertensis, 973
    neanderthalensis, 958
    sapiens, 948, 950
    sapiens sapiens, 953
'Honeycomb' pattern, 663
Horticulture, 1034
House,
    Dongson style, with curved roof, 986
    Han models of, 19, 885
    pile dwelling, 990
Huai (River) style, 735
Human
    physiology, 596
    skeletal remains, 298, 562, 1653
'Human-face' design pebbles, 676
Humerus, 1646
Humus, 374
Hung-Vuong period ear-ring, 615
Hunter-gatherer, 963
Hunting, 1161
Hunting
    society, archetype of, 729
    weapons, 1608
Hunting-and-gathering economy, 744
Hybridization, 674
Hyper-brachycephalic cranial index, 1230
Hyper-chamærrhine nasal index, 1191
Hyper-euryene (superior facial index), 1210
Hyper-leptene (superior facial index), 1209
Hyper-orthognath facial profile angle, 1180
Hyper-prognath facial profile angle, 1182
Hypogeum, 887
Hypsiconch orbital index, 1220
Hystrix subcristata, 1002

I

Ice Age, 1385
Identification, botanical, from charcoal, 518
Identifying mark, 357
Ilium, 1647
Implement,
    agricultural, 1027
    early, 210
    bone, 215
    discoidal unicially-flaked, 199
    socketed bronze, 926
    stone,
        double-edged, 190
        natural, unworked, 983
        typical, 194
        wholly ground, 193, 331
    traditional, e.g. unifacially flaked implement or pebble tool, 213
    see also Tool
Implement type, 792
Impressed pattern
    on pottery, 283
        cord-impressed, 652
        grain-impressed, 576, 1583
        fabric-impressed, 647
        mat-impressed, 635, 653, 658
    see also Decoration, Cord-marking
Incense burner, 810
    (ceramic), 42
Incised decoration, 637
Incised decoration technique, 684, 1093
Incisor (teeth), 1125
Index,
    cephalic or cranial, 117
    dental, 116
    robusticity, 114
Indicator, archæological, 113
Indigenous
    culture, 11, 1522
    people, 225

tomb, 872, 879
'Indonesian' ethnic type, 1003
Industry,
    blade-tool, 201
    bone, 749
    flake-and-blade, 201
    stone, 748
Inference, 1343
Influence, external cultural, 1544
Inheritance, cultural, 1537
Inscribed bone, 525
Inscriptions on bone, 683
Instrument for calling, summoning, 993
Interaction, cultural, 1534
Interbreeding, 674, 773
Interglacial, 1418
    last, 1419
Inter-orbital breadth (cranial), 1223
Intradental, 1327
Iron, meteoric, 1166
Iron
    hoe, 239
    ore, ironstone, 1120
    slag, 512, 1641
    tool or implement, 211
    spearhead, 818
Iron Age, 1407
Irrigation agriculture, 1037
Ischium, 1670

J

Jade beads, 574
Jar, 134
    big water storage, 1589
    burial, 95, 127, 1116, 1517
        for child, 1590
    joint-jar burial, 894
Java Man, 974
Javanthropus soloensis, 946, 975
Javelin, 909
Jaw-bone, 1664
Joint

burial, 875
joint-jar burial, 894
Jugo-frontal (cranial) index, 1200
Jugo-mandibular (cranial) index, 1199

K

K.-A. dating method, *see* Potassium-Argon dating method
Kalium-Argon dating method, *see* Potassium-Argon dating method
Kamikuroiwa Japanese cave-site, 676
Kaolin, 377
Kenya ape, 1617
Kenyapithecus, 1617
Kettle,
    bronze, 1
    (of Chinese origin), 291
'Kettle drum', 1491
Khène, 699
Kiln, pottery, 787
Kitchen
    midden, *see* Middens
    refuse, 302, 479
Kjökkenmödding(er), 295, 488, 1532, *see also* Middens
Knee-cap, 1645
Knife (knives),
    blade of, 1078
    broad and heavy, used as weapon, 367
    'herbalist's', polished stone trapeze form, 261
    'skinning-knife', 923
    stone harvesting, 269, 844
    stone Hoabinhian, 182
    Tao-, elongated narrow bronze blade with handle, 267, 1506
    'with ring', 268
Knob, ceramic, 532
Ko halberd, 1102

L

Lach-Truong, three-legged clay vessel from, 1025
Lach-Truong site, lamp characteristic of, 393
Lacquer bowl, 43
Ladle-like receptacle with long handle, 499
Lai-Chau, beads made of human tibia from, 572
Lambda, 1312
Lambda-inion cord (skull measurement), 1261
Lambda-opisthion
    arc (skull measurement), 1244
    cord (skull measurement), 1263
Lamp,
    bronze oil-, 391
        decorated, hanging, characteristic of Lach Truong site, 393
    pottery, 392
Lamp stand, bronze anthropomorphic, 99
Language, Mon-Khmer, 897
Late (adj.), 582, 859, 1557
Late Neolithic, 345
Layer,
    culture, 1353, 1529
    disturbed, 1639
    excavation by, 692
    of ash, 1351
    of sandy soil, 1347
    shell, 1354
    sterile, 803
    top, 808
Leather, painted, from Han tomb, 843
'Leather drum', 1489
Leg, bones of, 1649, 1660, 1668
Legend(s), 1500
    ethnic origin, 1501
    historical, 168, 1366
Leglet, 1601

Leitfossil, 212
Length-breadth (cranial) index, 1227
Length-height (cranial) index, 1224
Lenticular decorative motif, 656
Leptene (superior facial index), 1208
Leptorrhine nasal index, 1190
Leptostaphyline palatal index, 1195
Levalloisian
    blade, 1080
    'core', 561, 797
    flake, 189
    technique, stone tool flaked in, 561
Levels, occupation, 899
    see also Layers
Li tripod, 412
Licence to excavate, 526
Lidded vessel, 432, 1022
Limestone, 352
    caves, 567
    massif, 401
Linear relief decoration, 311, 1563; *see also* Decoration, Motif
Linga, 1168
Liquids container, large, with lid and handles, 65
Liquor flask, 921
Lithophone, 363
Loess, 373, 671
Loom, 715
Lost wax technique of bronze casting, 766
    model for, 18
    see also Bronze casting, Wax
Lower, 1329
    Palæolithic, 1330
Lozenge pattern decorative motif, 657

M

Macacus nemestrinius, 700
Machete, 367
Magic stone, 457

Magnetometer (survey instrument),
    865, 1503
Malacology, 1009
Malax bone, width of, 44
Mammal, 789
    fossilized, 790
    bones of, 485
Mammoth, 1598
    tusks of, 930
Man,
    Ape-, 14, 967, 1620
    Cro-Magnon, 746
    evolution of, 1104
    Heidelberg, 947
    Modern, 954
    Neanderthal, 957, 958
'Man, modern', 954
'Man, skilled', 952, 966
Man-ape, 14, 1620
Mandible, 1664
    proportion between face and, 1287
    'robustness', 114
Mandibular
    length (skull measurement), 1251
    ramus
        breadth of, 1282
        height of, 1241
    (cranial) index, 1218
Manufacturing technique, *see*
    Technique
Map, ethnic or ethno-linguistic, 613
Marker, 212
Massif, limestone, 401
Mat-impressed
    decoration, 653, 658
    decorative motif, 635
    on bottom of vessel, 635
Material
    culture, 1555
    non-material culture, 1553
        organic, 1565
        remains, 1577
Mausoleum, 891
Maxillo-alveolar
    breadth (of skull), 1268

cranial) index, 1187
    brachy-uranic, 1186
    dolicho-uranic, 1185
    meso-uranic, 1188
    length (skull measurement), 1252
Meander pattern, decorative motif, 667
    horizontal, 630
    oblique, 629
Measurement of skull (*see also* Skull),
    metric characteristics, 1250
    non-metrical characteristics, 1249
Median sagittal arc (skull
    measurement), 1245
Medieval, 1433
Megalith, 342
Megalithic, 227
    culture, 1526
    stone alignment, 1118
Meganthropus, 956
    palæojavanicus, 969
Megaspore, 578
Melanesian 'race', 137
Menhir, 339
Mental height (skull measurement),
    1237
Mentale, 1328
Mesene (superior facial index), 1212
Mesocephalic, 385
Mesocephalic cranial index, 1231
Mesocephaly, degree of, 1266
Mesoconch orbital index, 1222
Mesodolichocephalic, 381
Mesolithic, 1393
Mesomorph, 734
Mesopotamia, 829
Mesoprognath facial profile angle,
    1181
Mesoprognathism, 445
Mesorrhine nasal index, 1193
Mesostaphyline palatal index, 1197
Mesuranic (meso-uranic) maxillo-
    alveolar index, 1188
Metacarpus, metacarpal bones, 1659
Metal tool or implement, 453
Metal Age, 1404

Metallurgy, 830
Metatarsus, metatarsal bones, 1644
Meteoric iron, 1166
Metriocranial breadth-height (cranial) index, 1233
Micro-burin, 271, 327
Microlith, 195, 423
    triangular, geometric, 424
Microspore, 579
Midden, kitchen, 295, 479, 1532
    shell, 176, 294, 467, 488
Middle, 1498
    Palæolithic, 337
    Neolithic, 347
Middle Ages, 1433
Migration, 1374
    wave, current, 828
Millennium, millenary, 1375
Mindel glaciation, 26, 1423
Mineralized bamboo, 1486, 1487
Miocene, 1422
    ape, 1631
Mirror,
    bronze, 556
        with elongated handle, 557
Missiles, ceramic pellets used as, 48
'Mixed material grave', 886
Model(s),
    clay, of farm-houses, 19, 885
    miniature, 447
        of bronze drums (grave goods), 1496
        of drum (for casting in bronze), 1573
    wax, for casting bronze objects using lost wax technique, 18
    wooden, for making clay core for bronze-drum casting, 17
'Modern man' (H. sapiens sapiens), 948, 954
Molar (teeth), 1126
    pre-molar, 1128
Mollusc, 487, Molluscs, Mollusca, 1008
    shell of, 1592

    terrestrial, 1333
Mon-Khmer language, 897
Mongoloid, 360
Monkey, 700
Morphological
    characteristics, 355
    features, 595
    traits (of skull), discontinuous, 1249
Morphology, cranial, 597
Mortar, 175
'Mosquito-larvæ' decorative motif, 638
Motif, decorative, 415, 620, 625, 736, 892
    'anchor-shaped', 643
    angular hooked, 667
    anthropomorphic, 1483
    assemblage, combination, variety of decorative motifs, 662
    bird (on bronze objects), 1508
    boat, 644
    'cereal grain' lenticular, 656
    concentric circle, 664
    dotted-line, 627, 650
    'flower-form', 639
    geometric, 641, 642
    lozenge pattern, 657
    mat-impressed, 635
    meander pattern, 645, 667
        horizontal, 630
        oblique, 629
    mosquito-larvæ, 638
    'necklace-bead', 893
    parallel-line, 648
    rice-ear, 626
    'rolling cloud', 651
    'rope-pattern', 660
    S, horizontal, 631
    S, horizontal angular S-pattern, horizontal meander, 630
    S, oblique, 632
    S, oblique angular; oblique meander, 629
    'saw-teeth' pattern, 659
    spiral pattern, 666

continuous, 673
    double, 628, 669
    S-shaped, 668
'water drop', 640
wave-like pattern, 649
'wolf-teeth', 622
zoomorphic, 1484
Mould, 716
    (composite), 717
    for bronze casting, 718
    of axes, 719
    inner core of, for casting bronze drums, 720
Mound, burial, 1599
Mountain agriculture, 1032, 1035
Mousterian culture, 1543
Museum, historical, 1588
Musical instrument, flute-like, 699
Mussel-shell, tool or instrument of, 181

N

Narial, 1325
Nasal
    bone,
        maximum breadth of, 1285
        minimum breadth of, 1286
    breadth (of skull), 1271
    height (skull measurement), 1240
    index, 1189
        Chamærrhine, 1192
        Hyper-chamærrhine, 1191
        Leptorrhine, 1190
        Mesorrhine, 1193
    profile angle (cranial measurement), 1184
Nasion, 1318
Nasion-basion length (of skull), 1257
Nasion-bregma arc (skull measurement), 1248
Nasion-bregma cord (of skull), 1264
Nasospinale, 1311
Naturifact, 349

Neanderthal man, 957, 958
Neanderthalian, 957
Neck of vessel, 150
'Necklace bead motif', 893
Necropolis, 712, 877
Needle,
    bone, 739
    with eye, 737
Neoanthropian, 955, 959
Neolithic, New Stone (Age), 344, 1346, 1383, 1390, 1394
    Early, 346
    Pre-ceramic, 1396
    Late, 345
    Middle, 347
    Upper, 1417
'Neolithic Revolution', 87
'Neolithicization', 1416
Net-sinker, 111
    clay, 112
New Stone Age, 1383
Nghe-Tinh province, burial pits in, 604
Nomad, 322, nomadic, 323
    semi-nomad, 1039
Non-metrical characteristics of skull, 356
Norma facialis, 1306
Norma lateralis view of skull, 1293
Norma occipitalis view of skull, 1294
Norma verticalis, 1297
Notched base (of arrow), 497
Nucleus prismatic, 560
'Nucleus in form of a disc' for bracelet-making, 559
Numismatics, 706
Numismatist, 960

O

Object(s),
    ancient, 1566
    archæological, 1570
    bronze 'oval', 816

earthenware pediform, 1569
    ritual, 1567, 1579
    sacred, 1579
    votive, 1567
Obsidian, 351, 1046
Occipital arc (skull measurement), 1244, 1263
Occupation
    area, 395
    floor, 317
    level(s), 899
    site, 399, 400
Ochre, red, 231
'Onion-shaped hollow bronze hilt' of dagger, 264
Ontogeny, 1452
Open-air site, 296, 297
Opisthion, 1314
Oracle bone, 683
Oral history, 1339
Orale, 1316
Orbital
    breadth (of skull), 1270
    height (skull measurement), 1242
    (cranial) index, 1219
        chamæconch, 1221
        hypsiconch, 1220
        mesoconch, 1222
    width, 45
Order (taxonomic), 70, 931, 1052
Organic matter, materials, 1565
Ornament(s), 1482, 1562
    body, 458
    crescent-shaped, 721
    shell, 459
Orthognath facial profile angle, 1179
Orthognathism, 446
Oscalcis, 1663
Ossification, 223
Osteometry, 224
'Oval' bronze object, 816
Oxidization, 1042

P

Pacific 'race', 140
Paddle for impressing decoration on clay, 12, 13
'Paddle', stone, 262, 247
Paddy-field, 1446
Painted pottery, 441, 553
Palæoanthropian, 964
Palæoanthropology, 159
Palæobiogeography, 160
Palæobotany, 167
Palæoclimatology, 158
Palæoecology, 163
Palæo-environment studies, 162
Palæoethnography, 154
Palæoethnology, 254
Palæolithic, 1391, 1392
    Lower, 336, 1330
        European hand-axe tradition of, 1410, 1427
    Middle, 337
    Upper, 335
Palæomagnetism, 170
Palæontology, 161, 164
    Vertebrate, 156
Palæopathology, 152
Palæopedology, 166
Palæoserology, 157
Palæozoology, 155, 484
Palatal
    breadth (of skull), 1272
    (cranial) index, 1194
        brachystaphyline, 1196
        leptostaphyline, 1195
        mesostaphyline, 1197
    length (skull measurement), 1253
Palynology, 1062
Parallel-line decorative motif, 648
    on Dong-dau period pottery, 654
Parietal arc (of skull), 1246, 1262
Paste texture of ceramics, 536, 1340
Patella, 1645

Patina, 807, 866, 1047, 1131
    (on bronze), 511
Patriarchal society, 221
Pattern(s), 415, 625, 736
    dotted-line, 627
    stamped, on pottery, 283
    see also Motif
Pattern of culture, 1541
Pebble(s), 240, 244, broken stones, 338
    flat, for making Sumatralith, 241
    river, 243
    with circular depressions, 334, 675
    with 'human-face' design, 676
'Pebble butt-axe', 1148
Pebble industry, culture, 1528
Pebble tool,
    chopping or scraper, 1147
    shaped like segment of an orange, 202
    crudely flaked, 197
    cortex or natural surface of, 858, 1596
    end chopper, 186
        unifacially worked, as found in Sumatra, 205
    flaked, with traces of sawing on one side, 333
    unifacially (Sumatralith), 205, 1142
Pebble tool industry, Sonvian, 1549
Pediform
    axe, 1143
    container, 592
        ceramic, 97, 100
    earthenware objects, 1569
    socketed bronze axe, 1152, 1153
Pedology, 1379
Peg,
    ceramic, for fixing tiles, 414
    ear-, 614
Peking Man, 968
Pellets(s),
    ceramic, 48
    clay, 364
Pelvis, 1666
Percussion bulb, 286, 860
    (in stone flakes), 1515
Percussion-stone, 678
Period, 1409
    Postglacial, 1425
    Pre-Chellean, 1430
    transitional, 1103
Periodization, 519, 1060, 1063, 1637
    archæological, 1064
Permeability of ceramics, 455
'Pestle, big', 107
Petroglyph, 601
Petrological analysis, 1070
Phalanges,
    finger-bones, 1672
    toe-bones, 1671
Phallus, 1168
Phonolith, 363
Photography, ærial, 1361, 1363
Phu-Loc,
    pottery from,
        with 'flower-form' pattern, 639
        with 'mosquito-larvæ' pattern, 638
        with 'water drop' pattern, 640
    stone spearhead from, 521
Phylogeny, 1453
Phylum (top taxonomic classification), 931
Physical anthropology, 998
Physiology, human, 596
Pierre-génie, 457
'Pig leg' ceramic container, 97, 100
Pile-dwelling, 989
    Dongson, 990
'Pit filled with humus', 604
Pit for storing paddy, 564
Pithecanthropus, 1100, 1615
    dubius, 97
    modjokertensis, 973
    robustus, 977
Pithecine, 1619
Plan, contour, 64

Pleistocene, 1101, 1428
    earliest European and African, 1431
Pliocene, 1429
Plough agriculture, 1028
Ploughshare (presumed), bronze, 816
Plug, ear- , 614
Point, 912
    leaf-shaped, 907
    of spear, 909
    of star, 93
    Solutrean, 907
    tanged, 900
'Pointed chisel', 494
Poisoned arrow, 1357
Pole(s), wooden, 174, 1497
Polish (v), polished, ground (adj.), 833
Polished
    disk, 402
    stone tool, implement, 330, 421, 422
Polishing technique for stone implements, 759
Polishing stone, 15, 679
Pollen, 34
    analysis, 36, 1067
    -bearing layer (of soil), 801
    diagram, 61
    fossil, 35
    grain, 577
        outer wall of, 1595
    spectrum, 451
Polynesian ethnic type, 1005
Pongid, 703
Pongidæ, 605
Ponginæ, 608
Population distribution, 1059
    area, 316, 396
Porcelain, 546, 1163
    semi-, 1162
Porcupine, 1002
Post-cranial features, 359
Post-hole, 785
Posterior inter-orbital breadth (of skull), 1276

Postglacial, 581
Postglacial period, 1425
Potassium (Kalium)-Argon (K.-A.) dating method, 83, 1097
Potsherd(s), 848
Potter's wheel, 22
Pottery, 433, 535
    brittle, 537, 1007
    building up technique used for, 767
    ceremonial, 418
    clay paste for, 1084
    coarse, 550
    coarse-grained, 539
    coiled, 436
    coiling technique, 761
    cord-marked, 443
    decoration on, *see* Decoration, Motif
    dried, 547
    dried before firing, 538
    drying of, 1085, 1360
    fine, 545
    fine-grained, 540
    fired at low temperature, 539
    fired at medium temperature, 540
    firing of, 1041
        degree, temperature of firing, rate of heating, 450
    glazed, 442
    grain impression on, 576, 812, 1583
    grey ware, 554
    hand-fashioned, 551
    hard, 542, 933
    hardness of, 417, 452
    painted, 441, 553
    paste texture, 1340
    red ware, 544
    thin-walled, 439
    thick-walled, 543
    spiralling technique used for, 771
    stamped patterns on, 283
    wall-thickness of, 427
    wheel-made, 23, 438

Pottery
    (glazed) baluster-shaped vessel, 67
    hearth, portable, 46
    kiln, 787
    lamp, 392
    situla, 105
    ting bowl, 1516
    vessel,
        decoration on inner surface of, 1485
        straight to rim, 437
Poultry, 513
Pouring channel, 384
Pre-ceramic
    culture, 1554
    Neolithic, 1396
Pre-Chellean
    culture, 1551
    period, 1430
Pre-molar (teeth), 1128
Prehistoric
    cultural complex, 1539
    culture, 1525, 1552
    population group, 226
Prehistorical archæology, 696, 1457
Prehistory, 1456, 1432
Preservation, 33, 37
Pressure flaking, 764, 769
Pricked pattern, 650
Primary, 753
Primary flaking, 507, 509, 1049
Primate(s), 783; (order of), 71
Primatologist, 985
Primatology, 784
'Primeval hearth', 47
'Primeval short axe', 1147
Primitive age, 1406
'Primitive inhabitants', 226
Primitive society, 219
Primitives, 961
Prismatic nucleus, 560
Proconsul major, *see* Dryopithecus major
Proconsul nyanzæ, *see* Dryopithecus africanus

Production,
    of an artifact, 514
    'Asiatic mode' of, 1099
Profile, stratigraphical, 857
Prognath facial profile angle, 1183
Prognathism, 428
    alveolar, 429
    meso-, 445
    total, 444
Prone extended (burial) position, 131
Protohistory, 165, 722, 1334
Proto-Neolithic, 1389, 1416
Prototype, 151, 258, 793, 982, 1455
Proto-Vietnamese, 1458
    culture, 1560
Pubis, 1669

Q

Quadrant system, 586
Quartz, 242, 1358
Quaternary, 747, 754
Quern,
    rotary, 175
    saddle-, 20
Quiver, 1045

R

Race, 135
    mixed, 773
    sub-, 1058
Racial
    mixture, 674
    type, 725
Racloir, 185, 204
Radiocarbon dating, 864
    method, 82, 84
Radiometric assay, 1096
Radius, 1673
'Rain drum', 1491
Ramapithecus punjabicus, 1628
Rapier, 723

'Rattle', bronze, 813
Recording, 510
'Red bronze', 475
Red ochre, 231
Red ware, 544
Refuse,
    from prehistoric tool-making, 1571
    kitchen, 302
Rejects, 1075
Relative date, 1016
Relativism, cultural, 133
Relief, linear, 311, 1563
Relief decoration, 655
    linear, 1563
Remains,
    cultural, 309, 1345
    faunal, 299
    floral, 303
    food, 7, 1440
    fossilized, 301
    human skeletal, 298, 1653
    material, 1577
    wooden, 847
    vegetal, 303
Replica(s),
    small, 447
    used as grave goods, 870
Residue, *see* Remains
Restoration, restore, 1088
Retouching, retouch, 1502
    flaking, 504
    or secondary pressure-flaking, 769
Rhinoceros, 1355
Ribs, 1676
Rice,
    charred, 498
    glutinous, 928
    paddy-, pit for storage of, 564
Rice-ear motif, 626
Rice-field
    dry-, 1160
    wet- , 1159, 1446
Rice-grain, 811
    'decayed', from Tham Khuong rock shelter Bronze Age burial, 1381
    impressions on pottery of, 812
Rice-growing agriculture, 1038
Ring, fragment of a, 854
Ring-foot (of vessel), 98
Riss glaciation, 27, 1424
Riss-Würm interglacial, 1419
Rites,
    burial, 777
    fertility, 935
    funerary, 778, 1350
Ritual, ancient, 587
Ritual object(s), 456, 1567, 1579
River gravels, 1335
River terrace, 1371
Riverine environment, 1611
Riziculture, 1038
Robusticity index, 114
Rock, 341
    (as opposed to pebble) used for making tool, 348
Rock shelter, 835
Roller for saddle quern, 106
'Rolling-cloud' decorative motif, 651
'Rope-pattern' decorative motif, 660
Rosary, Buddhist, 141
Rough-out, 21
Ruins, 1076
Runnel, 384

S

S-pattern motif,
    horizontal, 631
    oblique, 632
    double spiral decorative motif, 668
Sacred object(s), 1579
Sacrum, 1655
Saddle-quern, 20
Sagittal frontal (cranial) index, 1176
Sagittal fronto-parietal (cranial) index, 1172
Sagittal occipital (cranial) index (a), 1173

Sagittal occipital (cranial) index (b), 1174
Sagittal parietal (cranial) index, 1175
Sample, 1459, 1574
Sampling, 776
Sand temper, 548
Sandy soil, layer of, 1347
Sapèque coin, 480
    half-, 481
Sapientation, 1107
Sarcophagus, 1108, 1114
    ballast for, 871
Savage, 898
Savannah, 1369
'Saw teeth' pattern or decorative motif, 659
Sawing,
    (of stone), 1451
    in manufacture of stone implements, 757
    traces of, 333
Sawing technique for stone bracelets, 707
Scapula, 1679
Scoria, 512
Scraper, 275, 922
    claw, 278
    concave, 281
    concavo-convex, 280
    convex, 279
    crescent-shaped flake 'scraper', 198
    fan-shaped flake, 203
    made of shell, 208
    nucleiform, 277
    pebble, 1147
    serrated, 282
    side, 185, 192, 207, 276, 925
        crudely-chipped, 209
    unguiform, 278
Scraper-like implement, 925
Scratch (abrasion), 1587
Scroll decorative motif, 673
Sea level,
    fall in, 57
    Flandrian, 59
    rise in, 58
Seal,
    bronze, 2, 1488
    clay, 3
Secondary, 752
    flaking, 504
    see also Burial, coffin for
Sediment, 1352, 1476
Sedimentation, 1476
Sedimentary faunal remains, 1477
Sedimentology, 1478
Seeds, carbonized, 569, 575
Selective excavation, 686
Sequence,
    chronological, 50, 1368
    evolutionary, 598
Sepulchre, 711, 876
Seriation, 1164
Serrated
    blade, 1081
    scraper, 282
Settlement, 1609
'Shaft straightener', 500
Shang, 991
Shell, 1169
    fresh-water, 1332, 1593
    of mollusc, 1592
    sea- , 1331, 1594
Shell
    layer, stratum, bed, 1354
    midden, mound, heap, 176, 294, 467
    mounds, artifact-bearing clay or silt bottom layer of, 378
    ornament, 459
    scraper or spatula, 208
    side scraper, 924
    tool, implement, 179, 181
Shield, 610, 772, 846
    (bronze), 1344
Shin-bone, 1649
Shoulder-blade, 1679
Shovel, 825
Sickle, 819
    bronze, 782, 820

Side extended (burial) position, 129
Side scraper, *see* Scraper
Silex, 343
Silt, 81
Silting, 934
Simian, half-, 1040
Sinanthropus, 979
    lantianensis, 976
    pekinensis, 968
Sinker, *see* Net-sinker
Site(s),
    archæological, 292, 398, 710
    cave, 300
    habitation, 293, 399, 400, 1026, 1609
    open-air, 296, 297
    technique for discovering archæological, 1361
Situla, 105
Sivapithecus, 1630
Skeletal
    anatomy, 517
    human remains, 298, 562, 1653
Skeleton, morphological characteristics of, 359
Skinning-'knife', 923
'Skilled Man', 952, 966
Skull, 1170 (*see also* Cranial),
    back view of, 1294
        arch form, 1295
        house form, 1296
    circumference from glabella to opisthion of, 1288
    description of, 1289,
    details of, 1292-1328
    discontinuous morphological traits of, 1249
    front view of, 1306
    maximum breadth of, 1283
    measurement of,
        metric characteristics, 1250
        non-metrical characteristics, 1249
    measurements of, 1236, 1172-1288
        basion-bregma height, 1243
        facial height (from nasion to gnathion), 1238
        facial height, upper (from nasion to alveolare, 1239
        height of mandular ramus, 1241
        mental height, 1237
        nasal height, 1240
        orbital height, 1242
    non-metrical characteristics of, 356
    points or 'landmarks' of, 1309
        in detail, 1310-1328
    profile view of, 1293
    proportion between face and mandible of, 1287
Skull,
    shape of, 1292
    described, 1293-1308
    seen from above, 1298
        brisoid, 1304
        ellipsoid, 1302
        ovoid, 1298
        ovoid, short, 1299
        pentagonoid, 1301
        rhomboid, 1303
        sphenoid, 1305
        spheroid, 1300
    suture of bones of, 709, 1291
Skull burial in bronze urn, 126
Skull cap, 123, 1307
Skull vault, 1308
'Sky-stone', metal, 1165
Slag, iron, 512, 1641
Slash-and-burn
    agriculture, 1031
    agricultural method, 368
    economy, 743
Slip, 5
Social organization, 1469
Society,
    agricultural, 220, 727
    patriarchal, 221
    primitive, 219
    type of, 599

Socketed
    axe, 1135
    bronze implement, 926
Soil,
    alluvial, 369
    analysis, 1068
    'base', i.e. sterile soil below cultural layers, 375
    burnt, 372
    cultivated, 371, 800
    disturbed, 1639
    examination of, by means of boring, 1362
    fertile, 800
    'fertile', i.e. artifact-bearing bottom clay or silt layer of some North Vietnamese shell mounds, 378
    natural (sterile), devoid of finds, 370
    pollen-bearing layer of, 801
    sandy layer of, 1347
    scientific study of, 1379
    sterile, 1167
        devoid of finds, 370
    top, 804
    undisturbed, 802
Solutrean culture, 1556
Solutrean point, 907
Son-Vi site, pebble chopping tool or scraper from, 1147
Sondage, 1364
Sonvian
    culture, 1549
    sites, pebble chopping-tool from, 202
Sounding-disc of drum, 1493
Sounding stone, 363, 694
'Southern ape', *see* Australopithecus
Spade, 821
Spatula made of shell, 208
Spearhead, 520, 901, 909
    bronze, 522, 910
    Chinese socketed, 862
    double-winged, 904
    iron, 818
    leaf-shaped, 905
    stone, 521
    Thieu-Duong-type, 524
    triangular, 906
    triple-winged, 902
    with hollow base, 903
Spear shaft, cylindrical bronze, covering on, 1043
Species (taxonomic classification), 788, 931
Specimen, 1459, 1574
    faunal, 1460
    floral, 1461
Spectrographic analysis, 1069
Spectrum, pollen, 451
Spike, bronze, 494
Spindle whorl, 30, 319, 1341
    ceramic, 31
        bi-conical, 320
    clay, 1636
Spiral pattern, 666
    C-shaped double spiral decoration, 651
    continuous, 673
    double pattern, 628, 669
    S-shaped double, 668
Spiralling technique (pottery), 771
Spirit stone, 457
'Spittoon'-shaped bronze vessel, 1377
Spoon, ceramic, 919
Spores, 1061
Spout, 384, 1597
Square-mouthed vessel, 68
Stamped motifs on pottery, 283, *see also* Decoration, Motif
Staphyllion, 1315
Star,
    point of, 93
    -pointed star, 937
Starting point, 530
Stature, human, 394
Statuettes, bone, 1513
Steamer (pot), 416
    ceramic, 122

Stem-cup, 38, 173, 379
   high, 39, 172
Stepped adze, 78
Sterile (i.e. without artifacts) layer, 803
Sternum, 1678
Stick, digging, 501
   wooden, 502
Stone,
   'dawn stone', 1435
   early agricultural implement made of, 210
   for polishing, grinding, 679; *see also* Grinding, Polishing
   flaked, 420
   hammer-stone, *see* Hammer-stone
   sawing of, 1451
   sounding-stone, 694
   spirit, or magic stone, 457
   'with traces of sawing', Hoabinhian, 333
Stone Age, 1359, 1387
   New, 344, *see also* Neolithic
Stone Age culture, 1530
Stone
   alignment or circle, 1118
   artifact, 591
      natural surface on otherwise worked, 318
      with 'Bacsonian marks', 677
   awl, 326
   axe or adze, *see* Axe, Adze
   beads, 570
   bracelet, 1604,
      disc to be made into, 559
      technique for sawing, 707
   burin, 491
   chip, 853
      small unworked, 248
   chisel, 491, or gouge, 490
   cleaver, *hachereau*, 184
   core, 558, 796; *see also* Core
   ear-ring, *see* Ear-rings
   figurine, 1511
   fish-hook, 814
   flake, 842
   flakes, bulb of percussion of, 1515
   hammer or percussion stone, 678
   hoe, *see* Hoe
   implement, 419
      double-edged, 190
      early agricultural implement, 210
      flaked surface of, 314
      ground or polished, 421
      natural, unworked, 983
      techniques for manufacturing, *see* Technique
      typical, 194
      wholly ground, 193
   industry, 748
   knife, *see* Knife
   'knives' or 'cutting and splitting' implements, 182
   nucleus or core, 558
   'paddle', 247, 262
   spearhead, 521
   tool, 419
      discoidal, 189
      finish to, 838
      flaked in Levalloisian technique, 561
      ground or polished, 421
      polished, 330, 422
      trace of use on, 1585
      wholly polished, 331
      workshop, 1650
   waste flakes, 850
Stones,
   broken, 338
   method of cooking with, 927
Stoneware, 549, 1162
Storage pit for paddy, 564
Strata, correlation of, 407
Stratigraphical
   features or situation, 406
   profile, section, 857, 1474
Stratigraphy, 408, 1091
Stratum, archæological, 409

Striking platform, 314
Style, 1086
Stylization, 52, 1121, 1462
    (of patterns or ornaments), 85
Stylized, 52, 1121
Subdivision, ethnic, 1057
Sub-race, 1058
Sub-tribe, 1056
Subsistence, 1338
Sudden appearance, 1073
'Sumatralith', 200
Sumatralith, 205, 350, 1142
    flat pebble for making, 241
Summonsing, instrument for, 993
Sun worship, 1380
Superior facial index, 1207
    Euryene, 1211
    Hyper-euryene, 1210
    Hyper-leptene, 1209
    Leptene, 1208
    Mesene, 1212
Superior facial index (Virchow), 1213
Superstratum, 808
Supine extended (burial) position, 130
Surface,
    natural, on otherwise worked stone artifact, 318
    treatment of, before decoration, 621
Surface, living surface, occupation floor, 317
    find(s), 1072, 1434, 1576
    survey, 313
Survey, 1365,
    archæological, 411
Survival (cultural), 32
Suture, cranial, 709, 1291
Swamp agriculture, 1036
Sword
    guard, 101
    hilt of, 462
Symbolize, symbolization, 831
Systems theory, 1449

T

Tablet, small clay, with incised decoration, 590
Tampon, clay, 3
Tanged point, 900
Tao-knife, *see* Knife
Tapeinocranial breadth-height (cranial) index, 1232
Tarsus, 1658
Tattoos, tattooing, 602, 1638
Taxon, 470, 1053
Taxonomic
    family, 603
    categories, 60, 470, 931, 1051
    order, 70, 1052
Taxonomy, 60
Technique
    for flaking stone implements by…, 762
    by breaking and roughly flaking cutting edge, 763
    by hammer-stone, 765
    by pressure, 764
    for manufacturing stone implements, 756
    by drilling, 758
    by polishing, 759
    by sawing, 757
    by turning, 760
    manufacturing technique, 755
    of bronze casting, 86
Techno-complex, 1089
Teeth,
    canine, 1127
    incisor, 1125
    molar, 1126
    pre-molar, 1128
Tektite, 230, 580, 1165, 1376
Teledetection, 1361
Temper, sand, 548
Temperature of firing of pottery, 450
Temple(s), 390, 869
Terminating point, 529
Terminology, archæological, 1439

Terminus ante (ad) quem, 529, 1129, 1336
Terminus post quem, terminus a quo, 530, 918, 1130
Terrace, river, 1371
Terracotta, 539
Tertiary, 751
Test excavation, 689
'Textile marks' on vessel, 289
Tham-Khuong rock shelter, rice grain remnant from, 1381
Thermoluminescence dating method, 1001
Thickness of pottery wall, 427
Thieu-Duong, ploughshare from, 816
Thieu-Duong-type spearhead, 524
Thin-walled pottery, 439
Thorax, 1667
Three-Age (Stone, Bronze, Iron) system, 585
Three-legged vessel,
    bronze decorated, 1024
    clay, 1025
Throwing weapons, 1606
'Thunderbolt', 824
Tibia, 1649
    human, beads made from, 572
Tiles,
    ceramic peg for fixing, 414
    Co-Loa tiles, 541
Time, archæological and historical, 1011
Ting tripod, 413
    bowl, 1516
Toe, bones of, 1671.
Tomb(s), 889, 895
    Dongson, 880
    Han-period Chinese, 881, 884
    indigenous, 879, or local, 872
    lay-out, construction of, 724
    twin, 890
    vaulted brick,
        (Chinese), 882
        'with many compartments', 883
Tool,
    bone, 460
    chopping, 102, 187, 191
    core-, 196
    cutting, 103
    flake tool, 214, 851
    flaking, 110
    heavy-duty, 206
    iron, 211
    metal, 453
    oval unifacially flaked, 200
    rock used for making, 348
    small socketed bronze, 'wide chisel', 489
    stone, 419
        discoidal, 189
        ground or polished, 421
        polished, 330, 422
        wholly ground, 331
        with cutting edge only polished, 329
    working, 774
Tool or Implement 178
    antler, 180
    shell,
        (clam), 179
        (small mussel), 181
    see also Implement
Tools,
    pebble, *see* Pebble tools
    stone,
        assemblage of, 748
        workshop for, 222, 1649
        workshop for manufacturing flaked, 397
Tooth, teeth, 1124
Top soil, 804
'Tortoise core', 561, 797
Totemism, 1465
Trace
    of flaking, 1582
    of use (on stone tool), 1585
Trade, 464
Tradition, traditional, 1499

'Traditional' implement, eg. unifacially
    flaked implement or pebble
    tool, 213
Transitional period, 1103
Transversal (biporial) arc (skull
    measurement), 1247
Transverse cranio-facial index, 1214
Transverse frontal (cranial) index, 1215
Transverse fronto-parietal (cranial)
    index, 1216
Transverse nasal bone (cranial) index,
    1217
'Trapezoid-shaped axe', 1140
Tray, ceramic, 697
    on three small legs, 698
Tree-ape, 1614
Trench
    exavation, 691
    trial- , 611, 612
Tribe, sub-, 1056
Trial
    excavation, 689, 1364
    trench, 611, 612
Tripod,
    ceramic, 413
    Li, 412
Trunnioned stone axe, 1136
Tryonix (fresh-water turtle), 1157
Turtle, fresh-water, 1157
Tusks, mammoth, 930
Tympanum
    (of bronze drum), 861
    of drum, 1493
Type, 595, 730
    ethnic, 725
    of society, 599
Typical artifact, 212, 308
Typological analysis, 791
Typology, 792
    (of artifacts), 60

U

Udanopithecus, 1635

Ulna, 1677
Undisturbed soil, 802
Unfinished object, 21
Unifacially flaked, 506, 823, 841,
    1575
Upper- (Late), 582
    Neolithic, 1417
    Palæolithic, 335
Ursprungsmythe, 1501
Use (wear), 1581

V

Valuable find, 307
Vaulted brick tomb, 882
'Vaulted brick tomb with many
    compartments', 883
Vegetal remains, 303
Vegetational
    environment, 75
    zones, 1610
Vertebral column, 1654
Vertebrate palæontology, 156
Vertebrates, 486
Vessel,
    baluster-shaped
        bronze, 66
        (glazed) pottery, 67
    base, bottom of, 386
    bronze,
        basket-shaped with lid, 1370
        spittoon-shaped, 1377
        three-legged decorated (of
            Chinese origin), 1024
    bucket-shaped, 105
    ceramic, 1021
        pediform, 97, 100, 592
    deep, with round base and square
        mouth, 68
    for liquids, 65
    lidded, 1022
    neck of, 150
    pediform ceramic container, 97,
        100, 592

pottery footed, 435
    with perforated bottom, steaming vessel, 416
    with thin handles, 69
Vestige, 1586,
    see also Trace
Viet-Khe site, spear-shaft covering as found at, 1043
Villafranchian period, 1431
Vinh-Quang, presumed ploughshare from, 816

W

Wall-thickness of pottery, 427
Wang Mang-type coin, 483
Waste, 1075
    bronze, 229, 845, 1640
    ceramic, 440
    flake or chip, 248
    from prehistoric tool-making, 1571
    stone flakes, 850
'Water, burial by', 1349
'Water drop' decorative motif, 640
'Water rice', *see* Wet rice
Water storage containers, 1589, 1591
Wave-like pattern, decorative motif, 649
Wax, lost wax method of bronze casting, 766
    model for, 18
Weapon(s), 1605
    defensive, 1607
    hunting, 1608
    throwing, hurling, 1606
Wear (and tear), 449, 1581
Well, ancient, 527
'Wet-rice' economy, 742
Wheel, potter's, 22
Wheel-made pottery, 438
Whorl, *see* Spindle whorl
'Wolf-teeth' decorative motif, 622

Wood,
    early agricultural implement made of, 210
    fossilized, 534
Wooden
    club, 148, 502
    coffin, 1115
        boat-shaped, 1117
        trough-type, 1113
    pole, 1497, poles, 174
    remains, 847
'Wooden pottery', 547
Woodland, open, 1158
Workshop
    for making stone tools, 222
    for manufacturing flaked stone tools, 397
    for stone tools, 1650
Worship of sun, 1380
Wrist-bone, 1652
Wu-shu type coin, 482
Würm glaciation, 28, 1412

Y

'Yellowish layer' (clay loam), 1348

Z

Zinjanthropus boisei, 1613, 1624
Zone(s), vegetational, 1610
Zoomorphic
    clay figurine, 1512
    motif, 1484
Zygomaxillare, 1326

THE AUSTRALIAN NATIONAL UNIVERSITY
FACULTY OF ASIAN STUDIES

Asian Studies Monographs (New Series)

1. HOLMGREN, Jennifer *Annals of Tai: early T'o-pa history:* an annotated translation of Chapter 1 of *Wei shu* (1982, v + 163 p + 5 maps) AUD $9.00

2. WONG, Shui Hon *Investigations into the Authenticity of the* Chang San-Feng Ch'üan-Chi (1982, 205 p) AUD $9.00

3. DYER, Svetlana *Grammatical Analysis of the Lao Ch'i-ta:* a fourteenth century Korean textbook of the contemporary Chinese language (1983, 530 p) AUD $18.00

4. DE CRESPIGNY, Rafe *Northern Frontier:* the policies and strategy of the Later Han empire (1984, xv + 632 p + 16 maps and tables) AUD $23.50

5. RADTKE, Kurt W. *Poetry of the Yuan Dynasty:* literary inquiry into the *xiaoling* lyric songs of the thirteenth and fourteenth centuries, from the anthology *Yangchun baixue*. (1984, vii + 363 p) AUD $20.00

6. YOUNG, Gregory *Three Generals of Later Han:* an annotated translation of the biographies of Huangfu Gui, Zhang Huan and Duan Jiong from Chapter 65 of *Hou Han shu* (1984, 110 p + map) AUD $9.50

7. KUMAR, Ann *The Diary of a Javanese Muslim:* religion, politics and the *pesantren* 1883-1886 (1985, 199 p) AUD $12.00

8. MULHOLLAND, Jean *Medicine, Magic and Evil Spirits:* study of a text on Thai traditional paediatrics (1987, 316 p) AUD $15.00

9. PROUDFOOT, Ian *Ahimsā and a Mahābhārata Story:* the story of Tulādhāra in connection with non-violence, cow protection and sacrifice (1987, 282 p) AUD $20.00

10. HERBERT, P.A. *Examine the Honest, Appraise the Able:* contemporary assessments of civil service selection in early Tang China (1988, x + 460 p + 7 charts) AUD $25.00

ASIAN STUDIES BOOKS IN PRINT

11 KU, Mei-kao *A Chinese Mirror for Magistrates:* the *Hsin-yü* of Lu Chia (1988, vii + 378 p) AUD $25.00

12 DE CRESPIGNY, Rafe *Emperor Huan and Emperor Ling:* an annotated translation of the chronicle of the Later Han Dynasty for the years 157 to 189 AD as recorded in Chapters 54 to 59 of the *Zizhi tongjian* of Sima Guang (1989, 2 volumes of xxxiii + 598 p + 2 maps) AUD $45.00

13 LUI, Adam Yuen-chung *Two Rulers in One Reign:* Dorgon and Shun-chih 1644-1660 (1989, 172 p) AUD $20.00

14 MULHOLLAND, Jean *Herbal Medicine in Paediatrics:* translation of a Thai Book of Genesis (1989, 449 p) AUD $25.00

15 GŌ, Minoru, **DE RACHEWILTZ**, Igor, and **KRUEGER**, John R. (editors) *Erdeni-yin tobci ('Precious Summary'):* a Mongolian chronicle of 1662 by Sagang Secen: volume 1: the Urga Text (1990, xxiii + 270p) AUD $25.00

16 DE CRESPIGNY, Rafe *Generals of the South:* the foundation and early history of the Three Kingdoms state of Wu (forthcoming 1990) AUD $29.00

OTHER BOOKS IN PRINT 1990

LOOFS-WISSOWA, H.H.E. *Elements of the Megalithic Complex in Southeast Asia:* an annotated bibliography (1967, x + 114 p) AUD $5.00

VAN SETTEN VAN DER MEER, N.C. *Sawah Cultivation in Ancient Java:* aspects of development during the Indo-Javanese period (1985, 160 p) AUD $9.00

KENNEDY, Kenneth A.R. *The Physical Anthropology of the Megalith Builders of South India and Sri Lanka* (1975, 93p) AUD $6.95

Distributed by Bibliotech, ANUTECH Pty Ltd, GPO Box 4, CANBERRA ACT 2601 Australia: telephone (06) 249 2479; fax (06) 2575088 [International prefix 61 6]